जाती-पातीचा विनाश

डॉ. बी. आर आंबेडकर

डायमंड बुक्स

www.diamondbooks.in

© प्रकाशकाधीन

प्रकाशक :डायमंड पॉकेट बुक्स (प्रा.) लि.
X-30, ओखला इंडस्ट्रियल एरिया, फेज–II
नई दिल्ली-110020.
फोन : 011-40712200,
ई-मेल : wecare@diamondbooks.in
वेबसाइट : www.diamondbooks.in
संस्करण : 2025

जाती-पातीचा विनाश
Jat-Pant Ka Vinash (Marathi)
by : *Dr. Bhimrao Ambekkar*

दुसरी आवृत्ती

प्रस्तावना

जात-पात तोडक मंडळाच्या बोलावण्यावरून तयार केलेले हे भाषण लोहारमध्ये करायचे हे माझे भाषण हिंदू जनतेने आश्चर्यकारकपणे उत्साहाने स्वीकारले. त्यांना लक्षात घेऊन भाषण लिहिले आहे. अवघ्या दोन महिन्यांत इंग्रजी आवृत्तीच्या दीड हजार प्रती विकल्या गेल्या. त्याचे गुजराती आणि तमिळ भाषेत भाषांतरही झाले आहे. मराठी, हिंदी, पंजाबी आणि मल्याळममध्ये भाषांतर केले जात आहे. इंग्रजी आवृत्तीची प्रचंड मागणी पूर्ण करण्यासाठी, त्याची दुसरी आवृत्ती छापणे अत्यंत आवश्यक आहे.

मला या भाषणाची शैली बदलून ते एका सुंदर लेखाच्या रूपात पुन्हा लिहिण्याचा सल्ला देण्यात आला असला तरी, इतिहासाचे ज्ञान आणि माझ्या आवाहनांच्या प्रभावामुळे मी त्यांच्या सुरूवातीच्या भाषणाचे मूळ स्वरूप जसेच्या तसे ठेवले आहे. या दुसऱ्या आवृत्तीत मी दोन परिशिष्टे जोडली आहेत. पहिल्या परिशिष्टात मी गांधीजींचे दोन लेख ठेवले आहेत, ते माझ्या 'हरिजन' या इंग्रजी वृत्तपत्रात प्रकाशित झालेल्या भाषणावरील त्यांची प्रतिक्रिया आणि त्यांनी मा. संतराम यांना लिहिलेले हे पत्र आहे. दुसऱ्या परिशिष्टात माझी मते आहेत जी मी पहिल्या परिशिष्टात प्रकाशित झालेल्या गांधीजींच्या लेखांच्या प्रतिसादात तयार केली आहेत.

गांधीजींशिवाय इतरही अनेकांनी भाषणात व्यक्त केलेल्या माझ्या मतांवर टीका केली आहे, पण मला वाटले की या इतर विरोधी टिप्पण्या विचारात घेण्याऐवजी मी स्वतःला गांधीजींपुरते मर्यादित ठेवावे आणि त्यांनाच उत्तर द्यावे. त्यांनी जे सांगितले ते इतके वजनदार किंवा महत्त्वाचे होते म्हणून मी हे केले नाही, तर अनेक हिंदूंसाठी ते मसिहा किंवा अवतारासमान समजले जाते. इतके महान की त्यांच्या शब्दांना देव वाणी किंवा ब्रह्मवाक्य मानले जाते आणि जेव्हा ते त्याचं तोंड उघडतात, तेव्हा अपेक्षा केली जाते की आता वादविवाद थांबला पाहिजे आणि पुन्हा कोणी त्यावर बोलू नये. परंतु जग त्या विद्रोह्यांची फार कदर करते आणि त्यांचे आभार व्यक्त केले जातात मुख्य

किंवा धर्माचार्यांच्या समोर वाद विवाद करण्याची हिंमत करतात आणि जोर देतात. ते महान म्हणण्यात येणारे व्यक्ती असे नाहीत की त्यांच्याकडून एखादी चूक होऊ शकते.

मी अशा कोणत्याही श्रेयाची किंवा सन्मानाची पर्वा करीत नाही जी प्रगतशील समाजात अशा विद्रोह्यांना मिळायला हवी. जर मी हिंदूंना याची जाणीव करून देऊ शकलो की ते भारतातील आजारी लोक आहेत आणि त्यांच्या आजारामुळे इतर भारतीयांच्या आरोग्याला, आनंदाला आणि प्रगतीला धोका आहे, तर मला खूप समाधान होईल.

२२, पृथ्वीराज रोड, नवी दिल्ली, १ डिसेंबर,१९४४

डॉ. बी. आर. आंबेडकर

तिसरी आवृत्ती

प्रस्तावना

पुस्तकरूपातील या लेखाची दुसरी आवृत्ती १९३७ मध्ये प्रकाशित झाली आणि अल्पावधीतच विकली गेली. या पुस्तकाच्या नवीन आवृत्तीची खूप दिवसांपासून मागणी होती. मला या पुस्तकाला नवीन रूप द्यायचे होते आणि त्यात माझा 'भारतातील जाती, त्यांची रचना, उत्पत्ती आणि विकास' या लेखाचा समावेश होता, जो 'इंडियन अँटिक्वेरी' जर्नलच्या मे १९१७ च्या अंकात प्रकाशित झाला होता. पण मला वेळ मिळाला नाही आणि आता तसे होण्याची शक्यताही खूप कमी आहे. ते करू न शकल्याने मी काहीसा निराश झालो. लोक सतत मागणी करत असल्याने, या तिसऱ्या आवृत्तीप्रमाणेच दुसरी आवृत्ती पुन्हा छापण्यात मला समाधान मानावे लागेल. माझा हा लेख इतका लोकप्रिय झाला याचा मला खूप आनंद आहे. मला आशा आहे की ते ज्या उद्देशासाठी लिहिले आहे ते पूर्ण करेल.

२२, पृथ्वीराज रोड, नवी दिल्ली, १ डिसेंबर, १९४४

-बी आर आंबेडकर

प्रारंभिक

पत्रव्यवहार-१२ डिसें. १९३५ मध्ये 'जात-पात तोडक मंडळ'चे सचिव मा. संतराम यांचे हे पत्र मला मिळाले-

'प्रिय डॉ. साहेब,

आपल्या ५ डिसेंबरच्या पत्राबद्दल मनःपूर्वक धन्यवाद. तुमच्या परवानगीशिवाय मी ते वर्तमानपत्रात प्रसिद्ध करण्यासाठी दिले आहे याबद्दल मला खेद वाटतो. खरं तर, मला त्याचा प्रचार-प्रसार करण्यात काही नुकसान दिसलं नाही. तुम्ही एक महान विचारवंत आहात आणि तुमच्याइतका जातीच्या प्रश्नाचा सखोल अभ्यास इतर कोणीही केलेला नाही असे माझे ठाम मत आहे. तुमच्या कल्पनांचा मला आणि आमच्या मंडळाला नेहमीच खूप फायदा झाला आहे. 'क्रांती' या मासिकातून या विचारांचा प्रसार मी अनेकवेळा करत आलो आहे आणि अनेक परिषदांमध्ये त्यावर व्याख्यानेही दिली आहेत. आता या नवीन सूत्राबद्दल तुमचे स्पष्टीकरण ऐकण्यासाठी मला खूप उत्सुकता आहे की 'ज्या धार्मिक भावना आणि श्रद्धा ज्यावर जातीवाद आधारलेला आहे, त्यांची मुळे नष्ट झाल्याशिवाय ती नष्ट करणे शक्य नाही.' कृपया लवकरच ते सविस्तर समजावून सांगण्याचा प्रयत्न करा जेणेकरून आम्ही या विचारांना प्रेस आणि इतर माध्यमांद्वारे प्रसिद्धी देऊ शकू. आत्तापर्यंत मला हा विचार नीट कळला नाही.

आमच्या मंडळाची कार्यकारिणी अत्यंत इच्छूक आहे आणि आमच्या वार्षिक संमेलनाच्या अध्यक्षपदी आपण असावे अशी सर्वांची ईच्छा आहे आणि त्यासाठी ते आग्रही आहेत. आपल्या सोयीनुसार आम्ही आमच्या परिषदेची तारीख बदलण्यास तयार आहोत. पंजाबचे स्वतंत्र विचाराचे हरिजन विचारवंत आपल्याला भेटण्यास आणि त्यांच्या उद्दिष्टांवर चर्चा करण्यास उत्सुक आहेत. त्यामुळे जर आपण आमची विनंती मान्य करून लाहोरला आलात आणि आमच्या परिषदेचे अध्यक्षपद स्वीकारले तर त्यातून दोन हेतू साध्य होईल. आम्ही आमच्या स्वतंत्र विचारसरणीच्या हरिजन नेत्यांनाही आमंत्रित करू आणि आपल्याला त्यांच्यासोबत विचार विनिमय करण्याची संधी मिळेल. बोर्डाने आपले सहाय्यक सचिव, माननीय इंद्र सिंग यांना ख्रिसमसच्या दरम्यान मुंबईत आपल्याला भेटण्यासाठी आणि आमची विनंती आपण स्वीकारावी म्हणून आपल्यासोबत चर्चा करण्यासाठी त्यांना नियुक्त केले आहे.

आपला हितचिंतक

-संतराम बी.ए.

मला सांगण्यात आले की 'जात-पात तोडक मंडळ' ही उच्चवर्णीय हिंदू समाजसुधारकांची संघटना आहे, ज्याचा एकच उद्देश आहे, सवर्ण हिंदूंमधील जातीय भेदभाव नष्ट करणे. सवर्ण हिंदूंनी चालवलेल्या कोणत्याही चळवळीत मी सहसा सहभागी होत नाही. समाजसुधारणेबद्दलची त्यांची श्रद्धा आणि वागणूक माझ्या वागण्यापेक्षा इतकी वेगळी आहे की त्यांच्यासोबत एकत्र काम करणे माझ्यासाठी खूप कठीण आहे. वास्तविकता अशी आहे की मतांच्या प्रचंड मतभेदांमुळे मला त्यांच्यासोबत काम करणे अनुकूल वाटत नाही. त्यामुळे मंडळाने मला प्रथम विनंती केल्यावर मी संमेलनाध्यक्ष होण्यास नकार दिला. परंतु मंडळाने माझा नकार स्वीकारला नाही आणि अध्यक्ष होण्याचे निमंत्रण स्वीकारण्यास माझे मन वळवण्यासाठी आपल्या एका सदस्याला मुंबईला पाठवले. शेवटी मी अध्यक्षपद स्वीकारले. विभागाचे मुख्यालय लाहोर येथे होते, जेथे ख्रिसमसच्या काळात परिषद होणार होती परंतु नंतर ती मे १९३६ च्या मध्यापर्यंत पुढे ढकलण्यात आली. मंडळाच्या स्वागत समितीने आता हे संमेलन पूर्णपणे रद्द केले आहे. माझे अध्यक्षीय भाषण प्रसिद्ध झाल्यानंतर अनेक दिवसांनी संमेलन रद्द झाल्याची नोटीस मला मिळाली. अध्यक्षीय खुर्चीवरून हे भाषण वाचण्याची संधी न मिळाल्याने या भाषणाच्या प्रती आजही माझ्याकडे ठेवल्या आहेत. त्यामुळे जातीव्यवस्थेमुळे निर्माण होणाऱ्या समस्यांबाबत माझी मते जाणून घेण्याची संधी जनतेला मिळाली नाही. त्यामुळे जनतेला माझी मते कळावीत आणि छापील प्रतींचा उपयोग व्हावा म्हणून मी या भाषणाच्या प्रती बाजारात आणण्याचे ठरवले आहे आणि पुढील पानांवर तेच भाषण मूळ स्वरूपात दिले आहे.

संमेलनाध्यक्षपदावरील माझी नेमणूक कोणत्या कारणामुळे रद्द झाली हे जाणून घेण्याची कदाचित जनतेला उत्सुकता असेल. सुरूवातीला भाषणाच्या छपाईबाबत वाद निर्माण झाला होता. हे भाषण फक्त मुंबईत प्रकाशित व्हावे अशी माझी इच्छा होती, लाहोरमध्ये प्रकाशित केले तर पैसे वाचतील अशी मंडळाची इच्छा होती, पण मला ते मान्य नव्हते. ते मुंबईतच छापावे असा माझा आग्रह होता. माझ्या सूचनेशी सहमत होण्याऐवजी, मला मंडळाच्या अनेक सदस्यांच्या स्वाक्षरीचे पत्र मिळाले. त्या पत्रातील हा उतारा मी पुढे देत आहे.

आदरणीय डॉक्टर साहेब,

२७ मार्च, १९३६

आपण मार्च २४ रोजी संतराम यांच्या नावाने लिहिलेले पत्र वाचायला मिळाले. हे वाचून आम्ही थोडे निराश झालो आहोत. कदाचित तुम्हाला इथे निर्माण झालेल्या परिस्थितीची पूर्ण कल्पना नसेल. पंजाबचे सर्व हिंदू तुम्हाला या प्रांतात निमंत्रित करण्याच्या विरोधात आहेत. त्यामुळे जातिभेद तोडक मंडळावर जोरदार टीका होत असून सर्व स्तरातून त्याचा निषेध होत आहे. हिंदू महासभेचे माजी प्रमुख भाई परमानंद एम. एल. ए., माजी अध्यक्ष, हिंदू महासभा, महात्मा हंसराज, स्थानिक स्वराज्य मंत्री डॉ. गोकुलचंद नारंग, राजा नरेंद्र नाथ एम. एल. सी. यांच्यासह जवळपास सर्व हिंदू नेत्यांचा समावेश आहे आणि या कारणास्तव ते सर्व मंडळापासून वेगळे झाले आहेत. या सर्व विरोध आणि टीकेला न जुमानता आदरणीय संतराम हे प्रमुख असलेल्या जात-पात तोडक मंडळाचे संचालक प्रत्येक परिस्थितीला सामोरे जाण्यास कटिबद्ध आहेत आणि आता काहीही झाले तरी ते तुम्हाला अध्यक्ष करण्याचा विचार कधीच सोडणार नाहीत. आजवर मंडळाची खूप बदनामी झाली आहे.

अशा परिस्थितीत मंडळाला सहकार्य करणे हे आपले कर्तव्य बनते. एकीकडे हिंदू लोक एवढ्या समस्या निर्माण करून मंडळाला त्रास देत आहेत आणि दुसरीकडे तुम्हीही मंडळाच्या अडचणी वाढवत असाल तर ही त्यांच्यासाठी मोठी दुर्दैवाची बाब असेल. आम्हाला आशा आहे की आपण या प्रकरणाचा सखोल विचार कराल आणि आपल्या सर्वांसाठी फायद्याचा निर्णय घ्याल.

आपल्या पत्राने मला प्रचंड गोंधळात टाकले आहे. भाषण छापण्याच्या बाबतीत मंडळ काही रूपयांसाठी मला का नाराज करीत आहे, हे समजू शकले नाही. याशिवाय सर गोकुलचंद नारंग यांच्यासारख्या व्यक्तीने मला अध्यक्ष बनवल्याच्या निषेधार्थ मंडळाचा राजीनामा दिला असेल अशी अपेक्षाही मला नव्हती, कारण मला स्वतः सर गोकुळचंद नारंग यांच्याकडून मिळालेले पत्र पुढीलप्रमाणे आहे.

५, मॉंटगोमेरी रोड, लाहोर ७ फेब्रुवारी १९३६

आदरणीय डॉ. आंबेडकर,

जात-पात तोडक मंडळाच्या कार्यकर्त्यांकडून हे जाणून मला खूप आनंद झाला की, इस्टरच्या सुट्टीत लाहोर येथे होणाऱ्या मंडळाच्या वार्षिक परिषदेत तुम्ही अध्यक्ष होण्याचे मान्य केले आहे. लाहोरमधील तुमच्या मुक्कामाच्या वेळी माझ्या घरी राहून तुम्ही माझा पाहुणचार स्वीकारलात तर माझ्यासाठी खूप आनंद होईल. उर्वरीत भेटी अंती.

आला हितचिंतक
गोकुळचंद नारंग

सत्य काहीही असो, मी त्यांच्या दबावाला बळी पडलो नाही. पण माझे भाषण बॉम्बेमध्येच प्रकाशित व्हावे यासाठी मी आग्रही असल्याचे पाहून मंडळाने माझी सूचना मान्य न करता मा. हरभगवानला मुंबईला पाठवत आहेत. ९ एप्रिलला हरभगवान मुंबईत आले आणि मला भेटले तेव्हा मला असे दिसले की त्यांना या विषयावर काहीही बोलायचे नव्हते. सत्य हे आहे की ते भाषण बॉम्बे किंवा लाहोरमध्ये छापण्यात यावे याच्याशी त्यांचा काहीही संबंध नव्हता. म्हणूनच त्यांनी आमच्या संभाषणात त्याचा साधा उल्लेखही केला नाही. मी भाषणात काय लिहिलंय याचीच त्यांना चिंता होती. खरंतर त्यांना भाषणात मांडलेले विचार जाणून घ्यायचे होते. तेव्हा लाहोरमध्ये भाषण छापून आणण्यामागे मंडळाचा मुख्य उद्देश पैसा वाचवणे नसून भाषणात लिहिलेल्या गोष्टींची माहिती मिळवणे हा आहे, यावर माझा ठाम विश्वास होता. मी त्यांना भाषणाची एक प्रत दिली. भाषणातील काही भाग वाचून ते आनंदी दिसले नाहीत, त्यानंतर ते लाहोरला परतले. लाहोरहून त्यांनी मला पुढील पत्र पाठवले -

लाहोर, १४ एप्रिल १९३६

प्रिय डॉ. साहेब,

मी १२ एप्रिल रोजी मुंबईहून लाहोरला परतलो पण तेव्हापासून मी आजारी होतो कारण सलग ५-६ रात्री मला ट्रेनमध्ये नीट झोप लागली नाही. इथे आल्यानंतर मला कळलं की तुम्ही अमृतसरला आला आहात. माझी तबियत ठीक असती तर मी नक्कीच भेटायला आलो असतो. मी संतरामजींना आपल्या भाषणाचा अनुवाद करायला सांगितला आहे आणि त्यांना ते खूप आवडले आहे. पण २५ तारखेपूर्वी ते प्रकाशन करता येईल अशी त्यांना आशा नाही. कोणत्याही परिस्थितीत भाषणाला व्यापक प्रसिद्धी दिली जाईल, भाषणाची खूप प्रशंसा केली जाईल आणि आम्हाला खात्री आहे की ते हिंदूंना त्यांच्या गाढ झोपेतून जागृत करेल.

आम्ही मुंबईत भेटलो तेव्हा आपल्या भाषणाचा भाग ज्याकडे मी आपले लक्ष वेधले होते ते वाचून आमच्या काही मित्रांनी चिंता व्यक्त केली आहे आणि काही शंकाही पण आहेत ही परिषद कोणत्याही वादविवाद आणि अनुचित प्रकाराशिवाय पार पडावी, अशी आपल्यापैकी काहीची इच्छा आहे. किमान 'वेद' हा शब्द काही काळ तरी टाळल्या जावा, अशी त्यांची इच्छा आहे. आता मी हे प्रकरण तुमच्या निर्णयावर सोडतो. पण मला आशा आहे की आपण आपल्या भाषणाच्या शेवटच्या भागात, हे स्पष्ट कराल की व्यक्त केलेली मते ही तुमची वैयक्तिक मते आहेत आणि त्यांना मंडळ जबाबदार नाही. मला आशा आहे की तुम्ही माझे म्हणणे मनावर घेणार नाहीत आणि भाषणाच्या हजार प्रती आम्हाला पाठवून द्याल. या प्रतींची किंमत आम्ही आपणास देऊ. असे करावे म्हणून आपणास एक टेलिग्रामही पाठवला आहे. मी या पत्रासोबत १०० रुपयांचा धनादेश पाठवत आहे. जो प्राप्त झाल्याची कृपया माहिती द्यावी आणि नंतर बिल पाठविण्याची देखील कृपा करावी.

मी स्वागत समितीची एक बैठक आयोजित केली आहे आणि जो काही निर्णय होईल तो लवकरच आपल्याला कळवला जाईल. बॉम्बेमध्ये आपण माझ्यासोबत फारच आदरातिथ्याने वागलात आणि आपले भाषण लिहिण्यासाठी आपण खूप मेहनत घेतली आहे. त्याबद्दल मी आपला मनःपूर्वक आभारी आहे. तुमच्या उपकाराबद्दल आम्ही सर्व तुमचे ऋणी आहोत.

आपला

-हरभगवान

विशेष-कृपया भाषण छापून आल्यानंतर लगेचच पॅसेंजर ट्रेनने त्याच्या प्रती पाठवा जेणेकरून त्या प्रती वृत्तपत्रांना प्रसिद्धीसाठी पाठवता येतील.

मा. हरभगवान यांच्या पत्रानंतर, मी माझ्या भाषणाची स्क्रिप्ट प्रिंटरला एक हजार प्रती छापण्याच्या आदेशासह दिली. आठ दिवसांनी मला मा. हरभगवान यांचे दुसरे पत्र मिळाले जे मी खाली देत आहे-

लाहोर, २२ एप्रिल १९३६

आदरणीय डॉ. आंबेडकर,

आपला टेलीग्राम आणि पत्र मिळाल्याबद्दल आमचे आभार स्वीकार करावेत. आपल्या इच्छेनुसार आम्ही आमची परिषद पुन्हा पुढे ढकलली आहे, पण पंजाबमधील उष्णता दिवसेंदिवस वाढत असल्याने २५ आणि २६ तारखेला संमेलन झाले तर बरे होईल असे आम्हाला वाटते. मे महिन्याच्या मध्यात खूप उष्णता असेल त्यामुळे दिवसा परिषदेचे आयोजन करणे सोयीचे आणि आनंददायी होणार नाही. तरीही, मे महिन्याच्या मध्यावर परिषद आयोजित झाल्यास, आम्ही शक्य तितक्या आपल्या सोयीसाठी पूर्ण व्यवस्था करण्याचा प्रयत्न करू.

तरीही, एक गोष्ट आहे ज्याकडे आपले लक्ष वेधणे मला भाग पडते. आपणास आठवत असेल जेव्हा मी आपले लक्ष माझ्या सहकाऱ्यांनी धार्मिक धर्मांतराच्या विषयावरील तुमच्या घोषणेबाबत निर्माण केलेल्या शंकांकडे वेधले होते. त्यावेळी आपण मला सांगितले होते की, हे प्रकरण मंडळाच्या कार्यक्षेत्राबाहेर आहे यात शंका नाही आणि मंडळाच्या व्यासपीठावरून या विषयावर आपण काहीही बोलणार नाहीत. जेव्हा आपण मला आपल्या भाषणाची प्रत दिली तेव्हा आपण मला आश्वासन दिले होते की हा तुमच्या भाषणाचा मुख्य भाग होता आणि फक्त शेवटचे दोन किंवा तीन परिच्छेद आपण त्यात जोडणारे होते. पण आपल्या भाषणाचा दुसरा भाग मिळाल्याने आम्हाला आश्चर्य वाटले कारण त्यामुळे भाषण इतके मोठे होईल की फार कमी लोकांना ते पूर्ण वाचता येईल. याशिवाय आपण हिंदू समाज सोडण्याचा निर्णय घेतला आहे आणि हिंदू म्हणून हे आपले शेवटचे भाषण आहे, असे आपण आपल्या भाषणात वारंवार सांगितले आहे.

तुम्ही वेद आणि हिंदूंच्या इतर धार्मिक ग्रंथांच्या नैतिकतेवर आणि औचित्यावर विनाकारण आघात केला आहे आणि हिंदू धर्माच्या तांत्रिक बाबींवर विपुल लेखन

केले आहे, ज्याचा जातीच्या समस्येशी काहीही संबंध नाही आणि काही उतारे अगदीच विसंगत आणि असंबद्ध झाले आहेत. आपण मला दिलेल्या तेवढ्याच भागापुरते आपले बोलणे मर्यादित ठेवले असते आणि त्यात वाढ करणे आवश्यक असते तर तुम्ही ब्राह्मणवाद वगैरेंवर ज्या प्रमाणात लिहिले आहे तेवढेच ठेवले असते तर आम्हाला खूप आनंद झाला असता. शेवटचा भाग, जो हिंदू धर्माच्या संपूर्ण विनाशाबद्दल आहे आणि हिंदूंच्या पवित्र ग्रंथांच्या आचरणावर आणि नैतिकतेवर संशय व्यक्त करतो आणि हिंदू समाज सोडण्याच्या आपल्या इराद्याबद्दल देखील संकेत देतो, तो मला यावेळी योग्य वाटतो असे वाटत नाही.

त्यामुळे संमेलनातील जबाबदार व्यक्तींच्या वतीने मी तुम्हाला नम्रपणे विनंती करतो की, मी वर नमूद केलेल्या भाषणातील काही भाग काढून टाका आणि ते मला दिलेले भाषण सोडून द्या किंवा त्यात आणखी काही परिच्छेद टाका. विनाकारण प्रक्षोभक किंवा हृदय पिळवटून टाकणारे भाषण करणे आम्ही शहाणपणाचे मानत नाही. तुमच्या भावनांना पाठिंबा देणारे आणि हिंदू धर्माला नवीन आकार देण्यासाठी तुमच्या नेतृत्वाखाली काम करण्यास तयार असणारे आपल्यापैकी बरेच जण आहेत. जर तुम्ही समविचारी लोकांना एकत्र करायचे ठरवले असते तर तुमच्या सुधारणावादी फौजेत पंजाबच्या कार्यकर्त्यांच्या खूप मोठी संख्या सहभागी झाली असती.

विशेषतः आपण या विषयाचा सखोल अभ्यास केल्यामुळे, जातिवादाचे समूळ उच्चाटन करण्यासाठी आपण आमचे नेतृत्व कराल असे आम्हाला वाटले. या महान प्रयत्नातून क्रांती घडवून आपण आमची ताकद वाढवाल आणि स्वतःला संघर्षाचे केंद्र बनवणार हेही आम्हाला समजले होते, पण आपण ज्याप्रकारच्या घोषणा पुन्हा-पुन्हा केल्यात, त्यामुळे आपण आपली ताकद गमावून बसाल. तो एक विनोद किंवा एक साधी गोष्ट म्हणून उरेल. या परिस्थितीत, मी आपल्याला या संपूर्ण प्रकरणाचा पुनर्विचार करण्याची विनंती करतो आणि असे सांगून आपले भाषण विशेषतः प्रभावी करावे की जर हिंदू समाजाला जातिव्यवस्था निर्मूलनासाठी योग्य दिशेने प्रामाणिकपणे काम करायचे असेल तर, त्यासाठी मला आपले नातेवाईक आणि धार्मिक रूढी जरी सोडाव्या लागल्या, तरी याचे नेतृत्व करण्यात मला आनंद होईल. जर तुम्ही असे केले तर मला विश्वास आहे की या संघर्षात तुम्हाला पंजाबमधून पूर्ण पाठिंबा मिळेल.

या कठीण काळात आपण आम्हाला मदत केली तर मी आपला मनापासून आभारी असेन कारण आम्ही आधीच खूप खर्च केला आहे आणि आम्ही दबावाखाली आणि गोंधळात आहोत. आपण आम्हाला मेलद्वारे कळवावे की आपण आपले बोलणे मर्यादित ठेवण्यास सहमत आहात. तरीही आपण आपले भाषण मूळ स्वरुपात छापून

घेण्याचा आग्रह धरत असाल, तर ही परिषद घेणे आम्हाला शक्य होणार नाही आणि ते योग्यही होणार नाही, याचा आम्हाला अत्यंत खेद वाटतो.

अशा परिस्थितीत ही परिषद अनिश्चित काळासाठी पुढे ढकलणे आम्ही योग्य मानू. असे केल्याने, म्हणजे परिषद वारंवार पुढे ढकलल्याने जनतेचा आपल्यावरील विश्वास कमी होईल.

सरतेशेवटी, आम्ही असे सांगू इच्छितो की हा जातीव्यवस्थेवरील इतका आश्चर्यकारक आणि चांगला लेख आहे की जो आजपर्यंत लिहिलेल्या इतर लेखांपेक्षा चांगला आहे. आम्ही निःसंशयपणे म्हणू शकतो की हा लेख एक मौल्यवान वारसा सिद्ध करेल आणि आमच्या अंतःकरणात आपल्याबद्दलचा आदर खूप वाढला आहे. हा लेख तयार करण्यासाठी आपण केलेल्या मेहनतीबद्दल आम्ही आपले सदैव ऋणी राहू.

आपल्या कृपेसाठी अनेक धन्यवाद आणि शुभेच्छांसह,

आपला शुभचिंतक
-हरभगवान

माननीय हरभगवान, या पत्रास यातून उत्तर पाठवले आहे -

आदरणीय हरभगवान, २७ एप्रिल, १९३६

मला तुमचे २२ एप्रिलचे पत्र मिळाले. माझे भाषण मूळ स्वरूपात प्रकाशित करण्याचा आग्रह धरल्यास, जात-पात तोडक मंडळाच्या स्वागत समितीने संमेलन अनिश्चित काळासाठी पुढे ढकलणे पसंत केले, हे जाणून मला वाईट वाटले. याच्या प्रतिसादात, मी तुम्हाला कळवू इच्छितो की मला कोणतीही असभ्य भाषा वापरणे आवडत नाही, जर मंडळाने माझ्या भाषणाची छाटणी करण्याचा आग्रह धरला तर त्यांच्या मतानुसार बोलणे मलाही आवडत नाही आणि मी बोलू इच्छितो. परिषद रद्द केल्यासारखा माझा निर्णय तुम्हाला आवडणार नाही, पण संमेलनाच्या अध्यक्षपदाच्या सन्मानासाठी, प्रत्येक अध्यक्षाला भाषण तयार करताना जे स्वातंत्र्य असले पाहिजे, ते मी सोडून देऊ शकत नाही. केवळ मंडळाला खूश करण्यासाठी, प्रत्येक अध्यक्षाचे संमेलनाप्रती असलेले कर्तव्य सोडता येणार नाही, अध्यक्ष बनून त्याला योग्य वाटेल तो मार्ग दाखवणे आवश्यक आहे. हा इथे तत्वांचा प्रश्न आहे आणि मला वाटते की यावर मी कोणतीही तडजोड करू नये.

स्वागत समितीने घेतलेल्या निर्णयाच्या योग्यतेबाबत कोणत्याही वादात पडणे मला आवडत नाही. मला दोषी ठरवणारी काही कारणे तुम्ही दिली असल्याने त्या आरोपांना उत्तर देणे माझ्यासाठी आवश्यक आहे. सर्वप्रथम, मी ही भावना काढून टाकू इच्छितो की, समितीने ज्या भागावर आक्षेप व्यक्त केला आहे त्या भागामध्ये व्यक्त केलेले माझे मत बोर्डासाठी काहीतरी नवीन आणि आश्चर्यकारक होते. मला आशा आहे की मा. संतराम मला साक्ष देतील की त्यांच्या एका पत्राला उत्तर देताना मी म्हटले होते की, जातिव्यवस्था नष्ट करण्याचा खरा मार्ग म्हणजे केवळ परस्परविवाह करणे आणि विविध जातींमध्ये मिसळणे नव्हे तर ज्या धार्मिक श्रद्धा आणि विचार जातीवर आधारित आहेत त्यांचा नाश करणे. परंपरेचा पाया रचला गेला आणि त्याला प्रतिसाद म्हणून मा. संतरामने मला ते सविस्तर सांगायला सांगितले कारण त्यांना ही कल्पना नवीन वाटली.

मा. संतरामांच्या या विनंतीला उत्तर देताना मी विचार केला की, माझ्या भाषणात मी त्यांना लिहिलेल्या एका ओळीत लिहिलेला मुद्दा सविस्तरपणे सांगावा.

त्यामुळे मी व्यक्त केलेले विचार नवीन आहेत असे तुम्ही म्हणू शकत नाही आणि काहीही असो, तुमच्या गटाचे मुख्य आधारस्तंभ आणि मार्गदर्शक असलेल्या संतराम यांच्यासाठी हे विचार नवीन नाहीत. पण मला आणखी पुढे जाऊन असे सांगायचे आहे की मी माझ्या भाषणाचा हा भाग केवळ माझी तशी इच्छा होती म्हणून लिहिला नाही, तर मला माझ्या तर्कशुद्ध विचारांची पूर्तता करणे खूप महत्वाचे आहे, तुमच्या कमिटीच्या भाषणातील ज्या भागावर आक्षेप आहे, त्याला तुम्ही 'असंबद्ध आणि असगत' म्हणता हे वाचून आश्चर्य वाटले. मी एक वकील आहे आणि प्रासंगिकतेच्या नियमांचे माझे ज्ञान तुमच्या समितीच्या कोणत्याही सदस्यापेक्षा कमी नाही. मी ठामपणे सांगतो की ज्या भागावर आक्षेप घेतला आहे तो केवळ सर्वात समर्पकच नाही तर आवश्यक आणि महत्त्वाचाही आहे. भाषणाच्या या भागात मी जातिव्यवस्था संपविण्याच्या सर्वोत्तम उपायांची चर्चा केली आहे. तुम्ही म्हणू शकता की जातीवाद संपविण्याच्या सर्वोत्तम उपायाबाबत मी जो निष्कर्ष काढला आहे तो आश्चर्यकारक आणि दुःखदायक आहे. तुम्ही असेही म्हणू शकता की माझा निष्कर्ष चुकीचा आहे पण तुम्ही असे म्हणू शकत नाही की जातिव्यवस्थेच्या संदर्भात, मला माझ्या भाषणात जातीव्यवस्था कशी नाहीशी करता येईल यावर माझे मत मांडण्याची परवानगी नाही.

तुमची दुसरी तक्रार दीर्घ भाषणाबाबत आहे. हा आरोप मी भाषणातच मान्य केला आहे पण याला खरोखर जबाबदार कोण आहे ? तुम्ही या मुद्याला उशीर केला असेल, म्हणून कदाचित तुम्हाला माहीत नसेल की एवढा तपशीलवार लेख लिहिण्याची तयारी करण्यापेक्षा मी माझ्या सोयीसाठी एक छोटेसे भाषण लिहिण्याचा विचार केला होता कारण इतक्या विस्ताराने लेख लिहिण्यासाठी माझ्याकडे ना वेळ होता शारीरिक शक्ती. मंडळानेच मला या विषयावर सविस्तर प्रकाश टाकण्याची विनंती केली होती आणि मंडळानेच मला जातीव्यवस्थेशी संबंधित प्रश्नांची यादी पाठवली होती आणि माझ्या भाषणात त्यांची उत्तरे देण्यास सांगितले होते. कारण हे असेच प्रश्न होते जे मंडळ आणि त्यांचे विरोधक यांच्यातील वादविवादाच्या वेळी अनेकदा उपस्थित होत असत आणि त्यांची उत्तरे त्यांना देता येत नव्हती. त्यामुळे मंडळाच्या प्रश्नांची उत्तरे देण्यासाठी हे भाषण दीर्घ असे झाले. मी जे काही लिहिले आहे, ते लक्षात घेता भाषण दीर्घ होण्यात माझी काहीही चूक नाही, हे तुम्ही मान्य कराल.

मी हिंदू धर्माच्या पारंपारिक रूढी परंपरा नष्ट करण्याबद्दल बोललो म्हणून तुमचा गट इतका गोंधळ माजवेल आणि घाबरेल अशी मला अपेक्षा नव्हती. माझा असा

विश्वास आहे की केवळ मूर्ख लोकच शब्दांना घाबरतात, परंतु लोकांच्या मनात कोणताही गैरसमज नसावा या विचाराने मी हा मुद्दा सविस्तरपणे स्पष्ट करण्याचा खूप प्रयत्न केला. ते म्हणजे धर्म आणि धर्माचा नाश म्हणजे काय हे स्पष्ट करते. मला खात्री आहे की माझे भाषण वाचून माझ्याबद्दल कोणालाच कसलाही गैरसमज रहाणार नाही. तुमच्या भाषणातील 'धर्माचा विध्वंस' वगैरे शब्द समजावून सांगितल्यावर तुमचे मंडळ फक्त या शब्दांनी इतका घाबरून जातो, तुमच्या मंडळाबद्दलचा माझा आदर कमी झाला आहे. स्वतःला समाजसुधारकांच्या यादीत ठेवणारे पण अशा तार्किक परिणामांवर कृती करण्याची वेळ आल्यावर, त्याच्याबद्दल ऐकून किंवा वाचूनही ते काढता पाय घेतात आणि घाबरतात अशा लोकांबद्दल कोणालाही आदर किंवा सन्मान असू शकत नाही ?

तुम्ही माझ्याशी सहमत व्हाल की भाषण लिहिताना मी कधीच वेळेचे बंधन पाळले नाही आणि भाषणात काय लिहावे आणि काय नाही या प्रश्नावर माझ्यात आणि मंडळात कधीही चर्चा झाली नाही. या विषयावर माझे मत मांडण्यास मी पूर्णपणे स्वतंत्र आहे असे मला वाटत होते. सत्य हे आहे की ९ एप्रिलला तुम्ही मुंबईत येईपर्यंत मंडळाला मी कोणत्या प्रकारचे भाषण लिहित आहे याची कल्पना नव्हती. तुम्ही मुंबईत आलात, तेव्हा मी तुम्हाला स्वेच्छेने सांगितले होते की, अस्पृश्य जातींच्या धर्मांतराबद्दल माझे मत मांडण्यासाठी तुमच्या व्यासपीठाचा वापर करण्याची माझी इच्छा नाही. मी समजतो की मी भाषणाची तयारी करताना माझ्या वचनबद्धतेचे काटेकोरपणे पालन केले आहे. शिवाय तुमच्या स्वतःच्या इच्छेप्रमाणे सांगितलेली एक साधी गोष्ट वगळता 'मला खेद वाटतो की मी इथे नसेन'- इ. मी माझ्या भाषणात या विषयावर दुसरे काहीही बोललो नाही. एवढ्या साध्या आणि अप्रत्यक्ष संदर्भालाही तुमचा आक्षेप आहे हे जेव्हा मला दिसले, तेव्हा मला हे विचारायला भाग पडते की, तुमच्या संमेलनाचे अध्यक्षपद स्वीकारून मी अस्पृश्यांच्या धर्मांतराबद्दलचे माझे मत काही दिवस किंवा कायमचे सोडून देईन का ? जर तुम्ही असा विचार केला असेल तर मी तुम्हाला सांगू इच्छितो की तुमच्या अशा चुकीसाठी मी कोणत्याही प्रकारे जबाबदार नाही. मला अध्यक्ष बनवून तुम्ही जो सन्मान देत आहात त्या बदल्यात मला धर्मांतरावरचा विचार सोडावा लागेल, असे तुमच्यापैकी कोणीही मला सूचित केले असते तर मी तुम्हाला अगदी स्पष्ट शब्दात सांगितले असते की मी मला माझ्या विश्वासाची जितकी काळजी आहे, तितकीच मला तुमच्याकडून मिळणाऱ्या प्रतिष्ठेची नाही. मला तुमच्याकडून मिळालेल्या आदरापेक्षा माझ्या विचारांना आणि विश्वासांना जास्त महत्त्व आहे.

तुमच्या १४ एप्रिलच्या पत्रानंतर हे पत्र मिळाले आणि मला खूप आश्चर्य वाटले. मला खात्री आहे की ही दोन पत्रे जो कोणी वाचेल त्याला आश्चर्य वाटणार नाही. स्वागत समितीची ही अचानक पलटी मारण्याचे कारण समजले नाही. ज्यावेळी तुम्ही १४ तारखेला पत्र लिहिले होते, त्या वेळी ज्या भाषणाचा कच्चा मसुदा समितीकडे पाठवला होता, त्यात आणि भाषणाच्या शेवटच्या मसुद्याच्या मजकुरात काहीही फरक नाही, ज्यामध्ये समितीचा निर्णय उद्धृत केला आहे. माझा मुद्दा असा आहे की, अंतिम मसुद्यातील एकही नवीन विचार तुम्ही सांगू शकाल का जो पहिल्या मसुद्यात नव्हता ? विचार समान आहेत, फरक एवढाच आहे की ते अंतिम मसुद्यात अधिक तपशीलवार लिहिले आहेत. भाषणात काही आक्षेपार्ह होते तर ते १४ एप्रिललाच सांगता आले असते पण तुम्ही तसे केले नाही. उलट संभाषणात सुचवलेले बदल स्वीकारण्याचा किंवा नाकारण्याचा अधिकार देऊन तुम्ही मला भाषणाच्या एक हजार प्रती छापण्यास सांगितले होते. तुमच्या म्हणण्यानुसार मी एक हजार प्रती छापल्या आहेत आणि त्या सर्व माझ्याकडे आहेत. आठ दिवसांनंतर तुम्ही लिहित आहात की माझ्या भाषणावर तुमचा आक्षेप आहे आणि ते मान्य न झाल्यास संमेलन रद्द करण्यात येईल. भाषणात कोणताही भाग वगळण्याची किंवा भर घालण्याची आवश्यकता नव्हती, हे तुम्हाला माहीत होते. त्यात एक स्वल्पविरामही बदलायला मी तयार नाही, असे मी तुम्हाला मुंबईत सांगितले होते. माझे भाषण प्रकाशित होण्यापूर्वी मी ते इतर कोणालाही दाखवणार नाही आणि ते कोणाला सेन्सॉर करू देणार नाही किंवा थांबवू देणार नाही आणि मी ज्या स्वरूपात ते भाषण लिहिले आहे त्याच स्वरूपात तुम्हाला ते स्वीकारावे लागेल, असेही मी म्हटले होते. मी तुम्हाला असेही सांगितले होते की भाषणात व्यक्त केलेल्या विचारांची सर्व जबाबदारी माझ्यावर आहे. परिषदेत भाषण कोणाला आवडले नाही आणि त्याच्या विरोधात निषेधाचा ठराव संमत झाला तर मला अजिबात वाईट वाटणार नाही. तुमच्या वर्तुळातील माझ्या विचारांच्या जबाबदारीच्या ओझ्यापासून मुक्त होण्यासाठी आणि त्याच वेळी संमेलनात स्वतःला जास्त अडकवू नये म्हणून मी खूप उत्सुक होतो, म्हणून मी तुम्हाला सुचवले की माझे भाषण अध्यक्षीय स्वरूपाचे असू नये आणि परिषदेच्या अध्यक्षतेसाठी कोणीतरी दुसरा निवडा आणि ठराव मंजूर करा. १४ एप्रिलला हा निर्णय घेण्यासाठी तुमच्या समितीपेक्षा योग्य कोणीही नव्हते पण तुमच्या समितीने निर्णय घेतला नाही. दरम्यान, भाषणाच्या छपाईचा खर्च यापूर्वीच झाला आहे. तुमच्या समितीने अधिक निर्धार केला असता तर हा खर्च वाचू शकला असता.

मला आशा आहे की माझ्या भाषणात व्यक्त केलेल्या मतांचा तुमच्या समितीच्या निर्णयावर काहीही परिणाम होणार नाही. अमृतसर येथे झालेल्या शीख प्रचार परिषदेत माझ्या उपस्थितीचा तुमच्या समितीच्या निर्णयाशी खूप संबंध आहे, हे एक मोठे कारण आहे. १४ ते २२ एप्रिल या कालावधीत समितीच्या वर्तनात अचानक झालेल्या बदलाचे समाधान खुद्द समितीशिवाय अन्य कोणीही करू शकत नाही. मला हा वाद लांबवायचा नाही, त्यामुळे तुम्ही हे समजून घ्यावे अशी माझी इच्छा आहे. त्यामुळे माझ्या अध्यक्षतेखाली होणारी परिषद रद्द झाल्याची घोषणा करावी. आता सर्व आकर्षण आणि सद्भावना सपंली आहे आणि तुमच्या समितीने माझे संपूर्ण भाषण जसे आहे तसे मान्य केले तरी मी अध्यक्षपद स्वीकारण्यास तयार नाही. भाषण तयार करताना मी घेतलेल्या कष्टाबद्दल आणि तुम्ही केलेल्या कौतूकाबद्दल मी तुमचा आभारी आहे. इतर कोणाला नसला तरी निदान मला या मेहनतीचा फायदा झाला आहे. मला खंत एवढीच आहे की जेव्हा माझी तबियत इतके कष्ट करण्यास समर्थ नव्हती, अशावेळी मला ते करावे लागले.

आपले हितचिंतक
-बी. आर.डॉ. आंबेडकर

या पत्रव्यवहारामुळे मंडळाने मला अध्यक्ष म्हणून का ठेवले नाही, याची कारणे स्पष्ट होतील आणि आता वाचकांनाही ठरवता येईल की नेमकी चूक कोणाची होती. स्वागत समितीने अध्यक्षांच्या मताशी सहमत नसल्यामुळे अध्यक्षांची नियुक्ती रद्द करण्याची ही कदाचित पहिलीच वेळ असावी. पण तसे असेल किंवा नसेल, सवर्ण हिंदूंच्या संमेलनाचे अध्यक्ष होण्याचे निमंत्रण माझ्या आयुष्यात पहिल्यांदाच मिळाले. मला खेद वाटतो की त्याचा असा खेदजनक शेवट झाला. परंतु उच्चवर्णीय हिंदूंचा सुधारणावादी पक्ष आणि अस्पृश्यांचा स्वाभिमानी वर्ग यांच्यातील अशा दुःखद नातेसंबंधातून दुसरी काय अपेक्षा करता येईल, जिथे उच्चवर्णीय हिंदूंचे सुधारक त्यांच्या रूढिवादी सहकार्यांपासून वेगळे व्हायला तयार नाहीत आणि स्वाभिमानी अस्पृश्यांकडे सुधारणांवर वारंवार जोर देण्याशिवाय दुसरा पर्याय नाही.

राजगृह, दादर, मुंबई, १४-१५ मे १९३६

-बी. आर. आंबेडकर

ण्दहूाहे

प्रस्तावना ३

प्रस्तावना ४

प्रारंभिक ५

१. जातिव्यवस्थेचा नाश (परिचय) २१

२. काँग्रेस विरुद्ध सामाजिक सुधारणा २३

३. समाजवाद विरूद्ध सामाजिक न्याय ३२

४. श्रम आणि जातिव्यवस्थेचे विभाजन ३७

५. वंश, रक्तशुद्धी आणि जातिव्यवस्था ३९

६. हिंदू हा 'समाज' आहे ? ४३

७. जातींचे राष्ट्रविरोधी आणि सामाजिक स्वरूप ४६

८. आदिवासींच्या उत्थानात जातींचा अडथळा ४८

९. जात हे सामाजिक द्वेषाचे मूळ आहे ५०

१०. धर्माच्या प्रचारात अडथळा आणणाऱ्या जाती ५२

११. जातीव्यवस्था हे सामाजिक विघटन आणि भेकडपणाचे प्रमुख कारण आहे. ५३

१२. बहिष्कारः एक कठोर शिक्षा ५५

१३. जातीव्यवस्थेने आचरण नष्ट केले ५७

१४. माझ्या कल्पनेतील आदर्श समाज कसा असेल ? ५९

१५. आर्य समाजाची चातुर्वर्ण्य व्यवस्था ६३

१६. चातुर्व-वर्णाची घृणास्पद आणि अव्यवहार्य व्यवस्था ६५

१७. समाजाला पंगू आणि मृतासमान बनवणारी व्यवस्था ६९

१८. जातींमधील परस्पर वैर आणि वैर ७३

१९. गैर-हिंदूंमध्ये जातिव्यवस्था ७४

२०. जातीवादाचा बालेकिल्ला कसा फोडायचा ? ७८

२१. शेवटी जातीव्यवस्था नष्ट का होत नाही ? ८२

२२. हिंदू धर्मग्रंथ तर्क, विवेक आणि नैतिकतेपासून दूर का ? ८८

२३. धर्मशास्त्रात सुधारणा करण्याची का गरज आहे ? ९३

२४. धर्म आणि पुरोहित यांचे नवीन स्वरूप काय असावे? ९६

२५. हिंदूंने विचार करावा असे काही प्रश्न ९९

२६. जातीव्यवस्था उखडून टाकण्याची गरज आहे १०२

परिशिष्ट-१ .... १०४

१. डॉ. आंबेडकरांचे आरोप १०४

२. जातीव्यवस्थेचा धर्माशी काहीही संबंध नाही १०६

३. वर्ण विरूद्ध जात १०८

परिशिष्ट - २ .... १११

आंबेडकरांचे महात्मा गांधींना उत्तर १११

डॉ. बाबासाहेब आंबेडकर यांचे भाषण
जात-पात तोडक मंडळ (आर्य समाज), लाहोर

हे भाषण मंडळाच्या १९३६ च्या वार्षिक परिषदेसाठी तयार करण्यात आले होते, परंतु ते वाचता आले नाही कारण भाषणात व्यक्त केलेले विचार मंडळाच्या स्वागत समितीने स्वीकारले नाहीत आणि सहन केले नाहीत, त्यामुळे परिषदच रद्द करण्यात आली. पुढे बाबासाहेबांनी हेच भाषण पुस्तकाच्या रूपात आणले, जे आजही देशात आणि जगात मोठ्या प्रमाणात वाचले जाते.

१.
जातिव्यवस्थेचा नाश (परिचय)

मित्रांनो,

जात-पात तोडक मंडळाच्या मित्र सदस्यांनी मला आदरपूर्वक या संमेलनाच्या अध्यक्षतेसाठी आमंत्रित केले आहे. त्या मित्रांच्या अवस्थेबद्दल मला खूप वाईट वाटते. अध्यक्षपदी माझी निवड केल्याबद्दल त्यांना अनेक प्रश्न विचारले जातील, हे मला माहीत आहे. अध्यक्ष करण्यासाठी लाहोरमध्ये एखादा सक्षम व्यक्ती नव्हता का, ज्यासाठी मुंबई गाठावी लागली. असा प्रश्न मंडळाला विचारण्यात येईल. मला माहीत आहे की या परिषदेच्या अध्यक्षतेसाठी मंडळाला माझ्यापेक्षा चांगली पात्रता असलेली व्यक्ती सहज मिळू शकली असती. मी हिंदू धर्मावर टीका केली आहे, मी महात्माजींच्या (गांधीजी) सिद्धांतावरही टीका केली आहे, त्यांच्या महानपणावर (authority) प्रश्न उपस्थित केले आहेत, ज्यांच्याबद्दल हिंदूंना खूप आदर आणि श्रद्धा (revere)आहे. हिंदू माझा तिरस्कार करतात आणि मला त्यांच्या बागेतील साप मानतात. मला वाटते की या आदरणीय पदासाठी माझी निवड करून हिंदूंचा अपमान का केला, असा प्रश्न राजकीय विचारांचे हिंदू जात-पात तोडक मंडळाला नक्कीच करतील. धार्मिक हिंदूंना

हे अजिबात आवडणार नाही कारण सवर्ण हिंदूंच्या परिषदेला संबोधित करण्यासाठी माझी निवड हिंदू धर्मग्रंथांच्या प्रतिष्ठेच्या आणि धारणेच्या विरुद्ध आहे. धर्मग्रंथानुसार तीन वर्णांपैकी केवळ ब्राह्मणालाच गुरू म्हणून निवडले जाते. 'वर्णानाम् ब्राह्मणों गुरु ही शास्त्रांचा आदेश आहे. त्यामुळे मंडळाला हे माहीत आहे की हिंदूने कोणाकडून ज्ञान घ्यावे आणि कोणाकडून नाही ?

धर्मग्रंथ हिंदूंना कोणाचाही गुरू म्हणून केवळ तो पारंगत (well-versed) आहे या आधारावर स्वीकारण्याची परवानगी देत नाही. हे महाराष्ट्रातील ब्राह्मण संत रामदास यांनी अगदी स्पष्टपणे सांगितली आहे, ज्यांच्या बद्दल असे सांगितले होते की त्यांनी शिवाजीला हिंदू राज्य स्थापन करण्याची प्रेरणा दिली होती. संत रामदासांनी आपल्या मराठीत लिहिलेल्या 'दासबोध' या सामाजिक, राजकीय आणि धार्मिक ग्रंथात हिंदूंना एके ठिकाणी विचारले आहे की, अस्पृश्य व्यक्ती केवळ विद्वान असल्यामुळे तुम्ही त्याला गुरु मानू शकता का ? आणि तो स्वतःच उत्तर देतो. आता फक्त मंडळलाच माहीत की त्यांना मुंबईत का यावे लागले आणि त्याने हिंदूंच्या मताचा इतका तिरस्कार करणारी व्यक्ती अध्यक्ष म्हणून का निवडली (repugnant) आणि एका अस्पृश्याची निवड करून त्याला उच्चवर्णीय हिंदूंच्या सभेला संबोधित करण्यासाठी त्यांना नतमस्तक व्हावे लागले. मी तुम्हाला माझ्याबद्दल खुलासा करतो की मी तुमचे आमंत्रण माझ्या स्वतःच्या इच्छेविरुद्ध आणि माझ्या अनेक अस्पृश्य सोबत्यांच्या इच्छेविरुद्ध स्वीकारले आहे. मला हे पण माहीत आहे की हिंदूना मी अजिबात पसंत (persona grata)नाही, मला पहाण्याची देखील त्यांची इच्छा नाही. हे सर्व माहीत असतानाही मी जाणीवपूर्वक त्यांच्यापासून नेहमी दूर राहिलो आणि केवळ माझ्या समाजाच्या विचारपीठावरच माझे मत मांडत राहिलो, त्यामुळे आधीच खूप नाराजी निर्माण झाली आहे आणि ते अधिकच अस्वस्थ होत आहेत. मला हिंदूंच्या विचारपीठावर उभे राहून त्यांच्या मागे जे काही सांगत असतो ते त्यांच्यासमोर सांगण्याची माझी इच्छा नाही. मी इथे परिषदेला उपस्थित राहिलो तर ते माझ्या स्वतःच्या (wish) इच्छेमुळे नाही तर तुमच्या निवडीमुळे (choice) आहे.

समाज सुधारणा हे मंडळाचे उद्दिष्ट आहे, या उदात्त ध्येयाप्रती मला नेहमीच आस्था आणि समर्पण राहिले आहे, त्यामुळे या उदात्त कार्यात मदत करण्याची संधी नाकारू नये असे मला वाटले. आता फक्त तुम्हीच ठरवू शकता की आज मी जे सांगणार आहे ते कशाप्रकारे आपली समस्या, ज्यांचा आपल्याला सामना करावा लागत (grappling) आहे, ते सोडवण्यात कशी मदत करेल. मला या समस्यांबद्दल माझे मत तुमच्यासमोर मांडायचे आहेत.

२.

कॉंग्रेस विरुद्ध सामाजिक सुधारणा

भारतासारख्या देशात सामाजिक सुधारणाचा (एदर्मिर्ते दिस) मार्ग स्वर्गाच्या वाटेसारखा आहे आणि तो अनेक अडचणींनी भरलेला आहे. भारतात समाजसुधारणेच्या कामात मदत करणारे मित्र कमी पण टीकाकार जास्त आहेत. समीक्षकांचे दोन प्रकार आहेत- एक म्हणजे राजकीय सुधारक (ज्दतूर्मिर्ते दिसी) आणि दुसरा समाजवादी (दर्मित्ूे) सुधारक. एक काळ असा होता की सामाजिक कौशल्ये किंवा (ग्म्गिहम्ब) कार्यकुशलता आणि कौशल्याशिवाय इतर कोणत्याही कार्यक्षेत्रात कायमस्वरूपी प्रगती शक्य नाही. आणि समाजिक वाईट रूढीमुळे सगळं काही बिघडून गेलं आहे, ज्यामुळे हिंदू समाजात सामाजिक ताकद उरलेली नाही. त्यामुळे या कुरितींचे समूळ उच्चाटन करण्यासाठी सातत्याने लढा देण्याची गरज आहे. हे सत्य स्वीकारल्यामुळेच राष्ट्रीय कॉंग्रेसच्या स्थापनेसोबत सोशल कॉन्फरन्सचा पाया रचला गेला. कॉंग्रेसने देशाच्या राजकीय संघटनेच्या कमकुवतपणाकडे लक्ष वेधले आणि सोशल कॉन्फरन्सने हिंदू समाजाच्या सामाजिक संघटनेतील कमकुवतपणा दूर करण्याचा प्रयत्न केला. काही काळ कॉंग्रेस आणि कॉन्फरन्स दोघे एकाच कामासाठी दोन अंगांने एकत्र काम करत राहिले. दोघांची वार्षिक परिषदही एकाच विचारपीठावर झाली. परंतु लवकरच हे दोन्ही बाजूचे दोन्ही बाजूला गेले. एकाची राजकीय सुधारणा पार्टी बनली आणि दुसरी सामाजिक सुधारणा पार्टी बनली. त्यानंतर दोघांमध्ये जोरदार वादावादी झाली. पॉलिटिकल सुधारणा पार्टीने नॅशनल कॉंग्रेसला पाठिंबा दिला, तर सोशल सुधारणा पार्टीने सोशल कॉन्फरन्सला पाठिंबा दिला. त्यामुळे दोन्ही संघटना एकमेकांच्या कट्टर प्रतिस्पर्धी बनल्या. राजकीय सुधारणांपूर्वी सामाजिक सुधारणा कराव्यात का हा वादाचा मुद्दा होता. दहा वर्षे दोन्ही पक्षाची शक्ती समान होती आणि कोणीही न जिंकता वाद चालू राहिला. पण सोशल पार्टीचे भवितव्य लवकरच संपुष्टात येणार असल्याचे स्पष्ट दिसत होते.

ज्यांनी सोशल कॉन्फरन्सच्या सभांचे अध्यक्षपद भूषवले होते ते तक्रार करीत होते की बहुतेक सुशिक्षित हिंदूंना राजकीय प्रगती हवी होती परंतु सामाजिक सुधारणांबाबत ते उदासीन (indifferent) होते. त्यांना यात काही रस वाटत नव्हता. त्यामुळे काँग्रेसमध्ये सहभागी होणाऱ्यांची संख्या खूप जास्त असायची आणि त्याबद्दल सहानुभूती दाखवणाऱ्यांची संख्या त्यापेक्षा अधिक असायची.

पण त्या तुलनेत सामाजिक परिषदेला उपस्थित राहणाऱ्यांची संख्या खूपच कमी असायची. अशा प्रकारे, सार्वजनिक उदासीनतेमुळे, राजकारण्यांनी लवकरच सामाजिक परिषदेला उघडपणे विरोध करण्यास सुरुवात केली. काँग्रेस पूर्वी सामाजिक संमेलनांसाठी स्टेज उपलब्ध करून देत असे, पण दिवंगत आदरणीय टिळकांने विरोध केल्यानंतर काँग्रेसनेही व्यासपीठ देणे बंद केले. दोघांमधील वैर इतके वाढले होते की, सामाजिक संमेलनासाठी स्वतःचे स्टेज उभे करण्याचा प्रयत्न केल्यास विरोधकांनी ते जाळून टाकण्याची धमकी दिली. अशा प्रकारे, काही काळानंतर, राजकीय सुधारणांना अनुकूल पक्ष जिंकला आणि सामाजिक परिषद विसर्जित होऊन संपुष्टात आली. आणि लोकही तिला विसरले. १८९२ मध्ये श्री. सी. बॅनर्जी अलाहाबाद येथे झालेल्या काँग्रेसच्या आठव्या अधिवेशनाचे अध्यक्ष झाले होते. त्या वेळी त्यांनी दिलेले भाषण हे एक प्रकारे सोशल कॉन्फरन्सच्या निधनाबद्दल अंत्यसंस्काराचे भाषण होते, म्हणजे शोकसंदेशच होता. हे भाषण काँग्रेसच्या वर्तनाचे इतके उत्तम उदाहरण आहे की मी त्यातील पुढील उतारे उद्धृत करण्याचे धाडस केले आहे. भाषणात श्री बॅनर्जी म्हणाले होते-

"आपल्या सामाजिक रचनेत सुधारणा केल्याशिवाय आपण राजकीय सुधारणा करण्यास सक्षम होऊ शकत नाही, असे म्हणणाऱ्यांशी मी सहमत नाही किंवा सहानुभूतीही बाळगत नाही, परंतु या दोन गोष्टीत काही ताळमेळ दिसत नाही. कारण आपल्या विधवा पुनर्विवाह करत नाहीत म्हणून आपण राजकीय सुधारणांसाठी पात्र ठरत नाहीत का ? आणि आमच्या मुलींची लग्न इतर देशांपेक्षा कमी वयात होतात किंवा आपल्या बायका अथवा मुली कारमध्ये बसून त्यांच्या मित्रांना भेटायला जात नाहीत किंवा आपण आपल्या मुलींना ऑक्सफर्ड किंवा केंब्रिज विद्यापीठात पाठवत नाहीत ?"

मा. बॅनर्जींनी राजकीय सुधारणांना कसे समर्थन दिले हे मी वर नमूद केले आहे. त्यावेळी आणि आताही असे अनेक लोक होते, ज्यांना या प्रकरणात काँग्रेसचा विजय पाहून आनंद झाला होता. पण समाजसुधारणेचे महत्त्व मानणाऱ्यांना प्रश्न पडेल की श्री. बॅनर्जींच्या प्रश्नांची काहीच उत्तरं नाहीत का ? यावरून हे सिद्ध होते काय की जे खरे होते तेच जिंकले ?

यावरून हे सिद्ध होते काय की सामाजिक सुधारणा आणि राजकीय सुधारणा वेगवेगळ्या आहेत ? चला तर, या दृष्टीने अस्पृष्यासोबत सवर्ण हिंदूंचा व्यवहार कसा आहे, यावर विचार करू. यामुळे हा विषय समजून घेण्यासाठी मदत होईल.

महाराष्ट्रात पेशव्यांच्या राजवटीत एखादा सवर्ण हिंदू रस्त्यावरून चालत असेल तर अस्पृश्याला तिथे चालण्याची परवानगी नव्हती. जेणेकरून त्याची सावली कोणत्याही हिंदूवर पडली तर तो त्याला अपवित्र करू शकेल असे होऊ नये. अस्पृश्यांना त्याच्या मनगटावर किंवा गळ्यात प्रतीक म्हणून काळा धागा बांधावा लागायचा, जेणेकरून हिंदूचा न कळत स्पर्श होईल आणि त्याला अपवित्र व्हावे लागेल. पेशव्यांची राजधानी असलेल्या पुण्यात अस्पृश्यांना कमरेला झाडू बांधून चालावे लागत असे. कारण चालताना जमिनीवर त्यांच्या पायाच्या खुणा त्या झाडूने पुसल्या पाहिजेत. जेणेकरून कोणीही हिंदू अस्पृश्याच्या पायावर पाय ठेवून अपवित्र होऊ नये.

पुण्यात अस्पृश्य कुठेही गेले तरी त्यांना गळ्यात मातीचे मटके लटकवा लागायचे जेणेकरून त्यांना थुंकायचे असेल तर ते त्यात थुंकायचे. कारण जर एखादा अस्पृष्य जमिनीवर थुंकला आणि हिंदूचे पाय त्यावर पडले तर तो अपवित्र होईल. मी तुम्हाला इतर काही अलिकडील घटना मांडण्याची परवानगी मागतो. बलाई नावाची एक अस्पृश्य जात मध्य भारतात राहते. हिंदूंनी त्यांच्यावर केलेले अत्याचार माझे म्हणणे स्पष्ट करतील. या गुन्ह्यांचा अहवाल ४ जानेवारी १९२८ च्या टाइम्स ऑफ इंडिया या वृत्तपत्रात प्रसिद्ध झाला होता. या अहवालात असे लिहिले आहे की तथाकथित उच्चवर्णीय हिंदू म्हणजे कलोतीया, राजपूत आणि ब्राह्मण ज्यात कानडी, मध्यस्थ हाप्सी, मध्यस्थ मर्दाना आणि पटेल आणि इतर सुमारे १५ गावातील पटवारी यांचाही समावेश होता. आमच्या मदतीने तुम्हाला जगायचे असेल तर, त्यांना खालील गोष्टी कराव्या लागतील.

१. बलाई जातीचे लोक सोनेरी गोटा बॉर्डर असलेली पगडी घालणार नाहीत.
२. ते रंगीबेरंगी किंवा सुंदर किनार असलेली फॅशनेबल धोती घालणार नाहीत.
३. ते हिंदूच्या मृत्यूची बातमी कितीही दूरच्या नातेवाईकांना नक्कीच पोहोचवतील.
४. सर्व हिंदूंच्या विवाह समारंभात, ते वाद्य वाजवत मिरवणुकीसमोर चालतील.
५. बलाई स्त्रिया सोन्या-चांदीचे दागिने, सुंदर हेडगियर आणि अगदी फॅशनेबल कपडे घालणार नाहीत.
६. बलाई स्त्रिया त्यांच्या मुलांच्या जन्मादरम्यान हिंदू महिलांची सेवा करतील.

७. बलाई लोक हिंदूंच्या सेवेच्या बदल्यात कोणताही मोबदला मागणार नाहीत आणि हिंदू त्यांना जे काही स्वेच्छेने देईल ते स्वीकारून ते समाधानी होतील.

८. बलाई लोकांनी या अटी मान्य केल्या नाहीत तर त्यांनी गाव सोडावे.

जेव्हा बलाईंनी या आदेशांचे पालन करण्यास नकार दिला तेव्हा हिंदूंनी त्यांच्यावर सामाजिक कारवाई सुरू केली. चाकरमान्यांना गावातील विहिरीतून पाणी काढण्यापासून आणि त्यांची जनावरे चरण्यास मनाई करण्यात आले. बलाईंना हिंदूंची शेतं ओलाडूंन जाण्यासही मनाई केली. त्यामुळे बलाईच्या शेताच्या आजूबाजूला हिंदूंची शेतं असतील तर बलाई त्याच्या शेतात जाऊ शकत नाही. हिंदूंनी त्यांची जनावरे बलाईच्या शेतात चरायला सोडली आहेत. या अत्याचाराविरोधात बालाईंनी इंदूर न्यायालयात याचिका दाखल केली, परंतु योग्य वेळी मदत न मिळाल्याने आणि अत्याचार सुरूच राहिल्याने शेकडो बलाईंनी त्यांच्या पत्नी आणि मुलांसह त्यांचे पूर्वज ज्या घरांमध्ये राहत होते ते घर सोडावे लागले. त्यांना धार, देवास, बागली, भोपाळ, ग्वाल्हेर आणि इतर संस्थानांसारख्या आजूबाजूच्या संस्थानांतील गावांमध्ये जाण्यास भाग पाडले गेले. नवीन घरात त्यांच्यावर कसली वेळ आली हे सांगणे कठीण आहे.

मागच्या वर्षीच गुजरातमधील कविथा गावात एक घटना घडली, ज्यात या गावातील हिंदूंनी अस्पृश्यांना, त्यांच्या मुलांना गावातील सरकारी शाळेत न पाठवण्याचा आदेश दिला. उच्चवर्णीय हिंदूंच्या इच्छेविरुद्ध त्यांचे नागरी हक्क बजावण्याचे धाडस करण्यासाठी गरीब अस्पृश्यांना किती अत्याचार सहन करावे लागले हे सर्वांना माहीत आहे. त्याचे येथे अधिक वर्णन करण्याची गरज नाही. गुजरातच्या अहमदाबाद जिल्ह्यातील जुहू नावाच्या गावातली आणखी एक घटना ऐका. नोव्हेंबर १९३५ मध्ये, काही समृद्ध अस्पृश्य कुटुंबातील काही स्त्रिया धातूच्या भांड्याने पाणी आणू लागल्या. हिंदूंनी अस्पृश्यांकडून धातूची भांडी (metal) वापरणे हे त्यांच्या सन्मानाविरुद्ध आणि अपमान मानले. या धाडसासाठी अस्पृश्य महिलांवर निर्दयीपणे हल्ले करून त्यांना मारहाण करण्यात आली.

जयपूरच्या चकवाडा गावातून नुकतीच एक बातमी आली आहे. वृत्तपत्रांत प्रसिद्ध झालेल्या बातम्यांनुसार चकवाडा गावातील अस्पृश्यांनी धार्मिक यात्रेवरून परतल्यावर गावातील अस्पृश्य बांधवांना भोजन देण्याची व्यवस्था केली. त्यांनी मेजवानीत गावरान तुपात पदार्थ शिजवले. अस्पृश्य बांधव जेवत असतानाच शेकडो हिंदू लोक काठ्या घेऊन त्यांना धमकावत तेथे आले. त्यांनी सर्व अन्न खराब केले आणि अस्पृश्यांना मारहाण केली. ते गरीब लोक जीव वाचवत पळून गेले. या निःशस्त्र अस्पृश्यांवर हा

खुनी हल्ला का (murderous assault) झाला ? वृत्तपत्रात प्रसिद्ध झालेल्या वृत्तात असे म्हटले आहे की, मेजवानीचे आयोजन करणाऱ्या अस्पृश्यानी गावरान तूप खाण्याचे धाडस केले. आणि त्याच्या पाहुण्यांनी अस्पृश्य असूनही तूप खाण्याचा मूर्खपणा केला होता. देसी तूप ही श्रीमंतांसाठी चैनीची (luxury) वस्तू आहे पण तूपाचे सेवन हे देखील सामाजिक प्रतिष्ठाचे प्रतीक आहे असे कोणाला वाटणार नाही. चकवाड्यातील उच्चवर्णीय हिंदूंना हे सहन झाले नाही आणि धडा शिकवण्याच्या रागाच्या भरात अस्पृश्यांच्या चुकीचा बदला घेतला. ज्यांनी तुपातले पदार्थ वाढून सवर्णांचा अपमान केला होता. तूप हे अस्पृष्यांचे अन्न नसून उच्चवर्णीय हिंदूंच्या (high social status) प्रतिष्ठेशी निगडित अन्नपदार्थ आहे हे त्या अस्पृश्यांना समजले नसावे. याचा अर्थ अस्पृश्यांची तुप खरेदी करण्याची क्षमता असली तरी त्यांनी ते सेवन करू नये. ही घटना १ एप्रिल १९३६ किंवा त्यानंतरची आहे.

आता मला समाजसुधारणेच्या विषयावर काही सांगायचे आहे. असे करताना शक्यतोवर मा. मी बॅनर्जींचे अनुसरण करेन आणि मी राजकीय विचारसरणीच्या हिंदूंना विचारू इच्छितो की, 'अशा परिस्थितीत तुम्ही राजकीय सत्तेसाठी योग्य (fit for political power) आहात का ? जेव्हा तुम्ही अस्पृश्यांसारख्या तुमच्याच देशवासीयांच्या मोठ्या वर्गाला सार्वजनिक विहिरी वापरण्यापासून रोखता तेव्हा तुम्ही पात्र आहात का ? अस्पृष्यांना सार्वजनिक रस्ते वापरण्याची परवानगी देत नाहीत, तेव्हा तुम्ही राजकीय सत्तेसाठी पात्र असता. जेव्हा तुम्ही त्यांना त्यांच्या आवडीचे अन्नही खाऊ देत नाही तेव्हा तुम्ही राजकीय सत्तेसाठी पात्र असता ?

असे ढीगभर प्रश्न माझ्याकडे आहेत, परंतु इतके या ठिकाणी पुरेसे आहे. मला आश्चर्य वाटते की मा. बॅनर्जी या प्रश्नांची काय उत्तर देतील ? या प्रश्नांना 'होय' असे उत्तर देण्याचे धाडस कोणीही शहाणा व्यक्ती करणार नाही, असा माझा विश्वास आहे. पण "एका देशाला दुसऱ्या देशावर राज्य करण्याचा अधिकार नाही" हे मिलच्या तत्त्वाची पुनरावृत्ती करणाऱ्या प्रत्येक कॉंग्रेसजनाने हेही मान्य केले पाहिजे की एका वर्गाला दुसऱ्या वर्गावर राज्य करण्याचा अधिकार नाही.

मग समाजीक सुधारक पक्ष कसा हरला ? हे नीट समजून घेण्यासाठी त्याकाळी समाजसुधारकांनी या प्रकारच्या समाजसुधारणेसाठी आंदोलने केली होती याकडे लक्ष दिले पाहिजे. समाजसुधारणेचे दोन अर्थ आहेत हे येथे नमूद करणे आवश्यक आहे. एक म्हणजे हिंदू कुटुंबाची सुधारणा आणि दुसरी हिंदू समाजाच्या रचनेची पुनर्रचना (reorganization तथा पुर्ननिर्माण reconstruction) करणे. याचा पहिला संबंध

विधवा पुनर्विवाह, बालविवाह इत्यादींशी संबंधित आहे तर दुसरा जातिव्यवस्थेच्या विनाशाशी संबंधित आहे. सोशल कॉन्फरन्स ही एक अशी संस्था होती जी मुख्यतः उच्चवर्णीय हिंदू कुटुंबांच्या सुधारणेशी संबंधित होती. त्यातले बहुसंख्य उच्च जातीच्या शिक्षित जातीतील हिंदू होते. ज्यांना जातीवाद निर्मूलनासाठी आंदोलन करण्याची गरज वाटत नव्हती आणि आंदोलन करण्याचे धाडसही झाले नव्हते. उच्चवर्णीयांमधील विधवा पुनर्विवाह किंवा बालविवाह यांसारख्या वाईट गोष्टी दूर करण्याची अधिक गरज असल्याचे त्यांना वाटले. कारण या वाईट प्रथा त्यांच्यात प्रचलित होत्या आणि त्यांना दुःख देत होत्या. संपूर्ण हिंदू समाज सुधारण्याचा त्यांचा प्रयत्न नव्हता. आणि त्यांचे सर्व लक्ष त्यांच्या कुटुंबाच्या सुधारणेवर होते. जातीव्यवस्था मोडून काढण्याच्या सामाजिक सुधारणांशी त्यांचा काही संबंध नव्हता. समाजसुधारकांनी हा मुद्दा कधीच मांडला नाही. या कारणामुळे समाजसुधारणा पक्ष संपुष्टात आला.

मला माहीत आहे, हा युक्तिवाद राजकीय सुधारणा बदलू शकत नाही की राजकीय सुधारणा (political reform) प्रत्यक्षात सामाजिक सुधारणांना (social reform) मागे ढकलून पुढे आल्या. पण समाजसुधारणा पक्ष का मागे पडला हे स्पष्ट करताना या युक्तिवादाचा कमीत कमी हा उपयोग तरी आहे. हे आपल्याला समजण्यास मदत करते की जो विजय राजकीय सुधारणा पार्टीने सामाजिक सुधारणा पार्टीवर मिळवला आहे, आणि अशी धारणा आहे की राजकीय सुधारणांपूर्वी सामाजिक सुधारणांची गरज नाही. समाजसुधारणेचा अर्थ कुटुंबसुधारणेपुरता मर्यादित राहिला तरच हे मत टिकू शकेल. समाजाच्या पुनर्रचनेच्या अर्थाने सामाजिक सुधारणांपूर्वी राजकीय सुधारणा शक्य नाही हे नाकारणे कठीण आहे. कम्युनिझमचे जनक कार्ल मार्क्स यांचे मित्र आणि सहकारी फर्डिनांड लॅसले यांच्यासारख्या विचारवंतालाही असे म्हणावे लागले की, राज्यघटना लिहिणाऱ्यांने सामाजिक सत्य आणि शक्ती (force) लक्षात घेतली पाहिजे. १८६२ मध्ये जर्मन श्रोत्यांना संबोधित करताना, लॅसले म्हणाले होते, 'संविधानात्मक प्रश्न हा मूलभूतपणे अधिकारांचा (right) प्रश्न नसून सत्तेचा (might) प्रश्न आहे. देशाची वास्तविक राज्यघटना ही त्या देशात अस्तित्वात असलेल्या त्याच्या शक्तिशाली स्थितीवर आधारित असते. म्हणून राजकीय संविधानाचे महत्त्व (value) आणि स्थिरता (permanance) त्यावेळी होते, ज्यावेळी ते समाजात आढळणाऱ्या श्रद्धा आणि शक्तींचे योग्यरित्या स्पष्टीकरण देतात.

पण साक्ष देण्यासाठी प्रशिया (जर्मनी) येथे जाण्याची गरज नाही. याची उदाहरणे आपल्याला देशातच पाहायला मिळतील. या (जातीय विभागणीचा) काय अर्थ आहे ?

ज्याद्वारे राजकीय शक्ती किंवा अधिकार विविध वर्ग (classses) आणि समुदायांमध्ये (communities) विशिष्ट प्रमाणात वितरित केले जातात ? माझ्या मते, याचा अर्थ असा आहे की राजकीय शासन पद्धतीला (political costitution) सामाजिक संघटना (social organization) आणि ताण तणाव लक्षात घेतले पाहिजे. या विभाजनावरून असे दिसून येते की ज्या राजकारण्यांनी भारतातील सामाजिक समस्येचा राजकीय समस्येशी जवळचा संबंध आहे हे मान्य करण्यास नकार दिला होता, त्यांना संविधानाचा मसुदा तयार करताना सामाजिक समस्या ओळखणे भाग पडले होते. हि विभागणी दर्शवते की ज्या राजकीय तज्ञाने ही गोष्ट स्वीकारण्यास नकार दिला होता की भारतात सामाजिक समस्यांचा राजकीय समस्येसोबत जवळचा संबंध आहे, त्यांनी संविधान निर्माण करताना सामाजिक समस्यांना प्राधन्य देण्यास भाग पाडले. कम्युनल अवार्ड सामाजिक सुधारणेकडे दुर्लक्ष आणि त्याबद्दल उदासीनता दर्शविण्याची शिक्षा आहे असे म्हणता येईल. हा सामाजिक सुधारणा पार्टीचा विजय आहे. यावरून हे दिसून येते की त्यांचा पराभव झाला असला तरी सामाजिक सुधारणांच्या महत्त्वावर त्यांचा भर अत्यंत महत्त्वाचा आणि योग्य होता. मला माहीत आहे की अनेक गृहस्थ माझ्या मताशी सहमत होणार नाहीत. हा विचार लोकांमध्ये पसरत आहे आणि हे मान्य करण्यात सुख व प्रसन्नतेची अनुभूति मिळते की कम्युनल अवार्ड अनैसर्गिक आहे आणि अस्पृश्य आणि इतर अल्पसंख्याक आणि नोकरशाही यांच्यातील अपवित्र संबंधाचा परिणाम आहे. कम्युनल अवॉर्डचा चांगला परिणाम नाही असे तुम्ही म्हणत असाल, तर माझा मुद्दा सार्थ ठरवण्यासाठी मी पुरावा म्हणून कम्युनल अवॉर्डची मदत घेऊ इच्छित नाही. आता जरा आयर्लंडचे उदाहरण बघा. आयर्लंडमधील होम रूलचा इतिहास काय दाखवतो ? हे सर्वज्ञात आहे की जेव्हा अल्स्टर आणि दक्षिण आयर्लंडच्या प्रतिनिधींमध्ये तडजोड सुरू होती, तेव्हा तेथील प्रतिनिधी रेडमंडने आयर्लंडसाठी एक समान होम रूल शासन पद्धतीत अल्स्टरच्या मिळवण्याच्या उद्देशाने त्याच्या प्रतिनिधींना म्हटले होते, “जी कोणती राजकीय सुरक्षा तुम्हाला पसंत आहे, ती मागा. ती सगळी तुम्हाला दिली जाईल.”

अल्स्टर लोकांनी काय प्रतिक्रिया दिली होती, “खड्यात गेली तुमची सुरक्षा आम्हाला कोणत्याही अटींवर तुमच्या नियंत्रणाखी राहायचे नाही.” जी माणसं भारतातील अल्पसंख्याकांना दोष देतात त्यांनी विचार करायला हवा की जर अल्पसंख्याकाने इथे पण हिच पद्धत वापरली असती जी अस्टरने वापरली, तर बहुसंख्यांच्या राजकीय इच्छेची काय अवस्था झाली असती ? आयरिश होमरूलच्या बाजूने अल्स्टरचे वर्तन

लक्षात घेऊन, हे देखील अगदी सामान्य आहे की भारतातील अल्पसंख्याकांनी बहुसंख्य लोकांच्या शासनाच्या अधीन राहणे स्वीकारले आहे ज्याने राजकीय शहाणपणाचा फारसा पुरावा दिलेला नाही, या अटीवर की त्यांची काही सुरक्षा यासाठी निर्णय घेतला पाहिजे. बरं, हा एक योगायोग होता, मुख्य मुद्दा हा आहे की अल्स्टर असे का वागले, मी एकच उत्तर देऊ शकतो की दक्षिण आयर्लंड आणि अल्स्टर यांच्यात, म्हणजे रोमन कॅथलिक आणि प्रोटेस्टंट यांच्यात एक सामाजिक आणि जातीय समस्या होती. खरंतर ही एक जातीय समस्या होती. अल्स्टरच्या लोकांनी त्यांचे उत्तर अशा प्रकारे तयार केले होते की आयर्लंडचे गृहराज्य (स्वातंत्र्य) हे रोमचे राज्य (अत्याचार) असेल. पद्धती सारखीच पण वेगळ्या सांगण्याची पद्धती वेगळी होती. परंतु कॅथलिक आणि प्रोटेस्टंट यांच्यात जातीची सामाजिक समस्या होती जी राजकीय समस्या सोडवू देत नव्हती. या पुराव्याच्या सत्यतेवर नक्कीच शंका घेण्यात येईल की इथे पण साम्राज्यवादी (imperialist) त्यांचे डोके वापरत होते. परंतु माझ्याकडील पुरावे अद्याप संपलेले नाहीत.

मला रोमच्या इतिहासातले पुरावे द्यायचे आहेत. कोणीही असे म्हणू शकत नाही की तेथे कोणी वाईट चालीचे (evil genius) लोक कार्यरत होते. ज्याने रोमचा इतिहास वाचला असेल त्याला हे माहीत आहे की रोमच्या लोकशाही शासन व्यवस्थेत जातीय विभाजनाची अशीच चिन्हे होती. रोममध्ये जेव्हा राजाचे पद रद्द करण्यात आले तेव्हा राजाचा अधिकार म्हणजेच इम्पीरिअम अर्थात राजेशाही सत्ता 'कौंसल' आणि 'पॉन्टिफेक्स मॅक्सिमस' (Pontifex patrician) यांच्यात विभागली गेली. कौन्सीलांना राजाचा धर्मनिरपेक्ष लौकिक अधिकार देण्यात आला आणि शाही धार्मिक सत्ता 'पॉन्टिफेक्स मॅक्सिमस' ने ताब्यात घेतली. म्हणजे धार्मिक अधिकार राजाकडे सोपवले गेले. यामुळे, प्रजा तंत्र व्यवस्थेने असा नियम केला होता की दोन कौन्सुलांपैकी एक 'पेट्रिसियन' (patrician) आणि दुसरा 'प्लेबियन' (plabian) असेल. त्याच राज्यघटनेत हे देखील लिहिले गेले होते की पॉन्टिफेक्स मॅक्सिमस अंतर्गत, अर्धे पुजारी प्लेबियन बनले आणि बाकीचे पेट्रिसियन. या अटी, ज्यांचे वर्णन मी जातीय निवाडा (कम्युनल अवार्ड) अटींप्रमाणेच केले आहे, त्या रोमन लोकशाहीच्या घटनेत का देण्यात आल्या ? कारण हे लोक दोन भिन्न जाती किंवा वर्ण, प्लेबियन आणि पेट्रिसियन मध्ये विभागले गेले होते. रोमच्या लोकशाही राज्यघटनेने समाजाची दोन भागात झालेली विभागणी पूर्णपणे विचारात घेतली होती. सारांश असा की, राजकीय सुधारकांना कोणत्याही

बाजूला सहभागी व्हायचे असले, तरी त्यांना असे दिसून येईल की, कोणतीही राज्यव्यवस्था निर्माण करताना ते तेथील प्रचलित समाजिक समस्याकडे दुर्लक्ष करू शकत नाहीत.

सामाजिक आणि धार्मिक समस्यांचा राजकीय घटनांवर प्रभाव असतो आणि त्यांचा खोल संबंध असतो या माझ्या सत्याच्या समर्थनार्थ, मी याच्या समर्थनार्थ दिलेली उदाहरणे अतिशय विशेष आहेत. पण एकाचा दुसऱ्याशी मर्यादित संबंध आहे, असे मानता कामा नये. याउलट इतिहासात सामाजिक आणि धार्मिक क्रांतीनंतरच राजकीय क्रांती घडून आल्या आहेत, असे आपण म्हणू शकतो. मार्टिन ल्यूथरने सुरू केलेली धार्मिक सुधारणा ही युरोपातील लोकांसाठी राजकीय स्वातंत्र्याची नांदी

(percursor) होती. इंग्लंडमध्ये नैतिकतावादासाठी (puritanism) सुधारणा राजकीय स्वातंत्र्याचे कारण बनले. त्यांच्यामुळेच अमेरिकेने स्वातंत्र्ययुद्ध जिंकले. प्युरिटानिझमने नवीन जगाचा पाया घातला. प्युरिटॅनिझमने अमेरिकेचे स्वातंत्र्य युद्ध जिंकले. ती एक धार्मिक चळवळ होती. मुस्लिम साम्राज्यांच्या बाबतीतही हेच आहे. अरब देशांतील लोक राजकीय सत्ता होण्यापूर्वी हजरत मोहम्मद साहिब यांनी त्यांच्यामध्ये संपूर्ण धार्मिक क्रांती घडवून आणली होती. भारतीय इतिहासही या पुराव्याला आधार देतो. चंद्रगुप्त मौर्याने सुरू केलेल्या राजकीय क्रांतीच्या खूप आधी भगवान बुद्धाने धार्मिक आणि सामाजिक क्रांती घडवली होती. महाराष्ट्रातील ऋषी-महात्म्यांनी सामाजिक आणि धार्मिक सुधारणा केल्यानंतरच शिवाजी राजकीय क्रांती घडवू शकले होते. शिखांच्या राजकीय क्रांतीपूर्वी गुरु नानक यांनी सामाजिक आणि धार्मिक क्रांती घडवली होती. यापेक्षा आणखी उदाहरणे देण्याची गरज नाही. हे सिद्ध करण्यासाठी इतकी उदाहरणे पुरेशी आहेत की समाजाच्या राजकीय विकासासाठी लोकांचे विचार, मन आणि बुद्धिची शुद्धी (emancipation of mind and soul) तसेच मनाचे स्वातंत्र्य फार गरजेचे आहे.

३.

समाजवाद विरूद्ध सामाजिक न्याय

आता मला समाजवाद्यांबद्दलही थोडी चर्चा करायची आहे. समाजव्यवस्थेने निर्माण केलेल्या अनेक समस्यांकडे समाजवादी दुर्लक्ष करू शकतात का ? भारतीय समाजवादी, त्यांच्या युरोपियन सहकाऱ्यांच्या मागे लागून, भारताचे सामाजिक वास्तव लक्षात घेऊन इतिहासाचे आर्थिक विवेचन लागू करण्याचा प्रयत्न करत आहेत. त्याची धारणा अशी आहे की व्यक्ती आर्थिक प्राणी आहे, त्याच्या कृती आणि इच्छा आर्थिक घटकांशी जोडलेल्या आहेत आणि सत्तेचे एकमेव साधन संपत्ती (property) आहे. म्हणूनच ते वारंवार सांगतात की राजकीय आणि सामाजिक सुधारणा हा एक मोठा भ्रम आणि फसवणूक आहे आणि संपत्तीची समानता करणाऱ्या आर्थिक सुधारणा इतर सर्व सुधारणांच्या आधी यायला हव्यात. एखादी व्यक्ती ज्या हेतूने कार्य करते त्या गोष्टी केवळ आर्थिक असू शकत नाहीत. आर्थिक शक्ती (economic power) ही एकमेव शक्ती आहे यावर मानवी समाजातील कोणताही विद्यार्थी विश्वास ठेवू शकत नाही. सत्य हे आहे की एखाद्या व्यक्तीची सामाजिक स्थिती (social status) देखील अनेकदा शक्तीचा आधार बनते कारण सामाजिक स्थितीच्या आधारावरच महापुरुषांनी सामान्य लोकांवर आपली सत्ता प्रस्थापित केली आहे. असे झाले नसते तर भारतातील श्रीमंत लोकही ऋषी-फकीरांचे अनुयायी झाले नसते ज्यांना पैशाशी काहीही देणे-घेणे नसते. भारतातील कोट्यवधी गरीब लोक आपले सामान्य दागिने विकून बनारस किंवा मक्का का जातात ? भारताचा इतिहास या वस्तुस्थितीचे उदाहरण देतो की धर्म हा शक्तीचा स्त्रोत आहे. जिथे साधू, संत आणि पुरोहितांचा नेहमीच सामान्य जनतेवर प्रभाव आणि वर्चस्व राहिले आहे. काहीवेळा तो दंडाधिकारी पेक्षा जास्त असतो. भारतातील सर्व काही, अगदी संप आणि निवडणुकांना देखील अगदी सहजपणे धार्मिक रंग दिला जातो.

एखाद्या व्यक्तीवर धर्माच्या शक्तीचे उदाहरण रोमच्या सामान्य लोकांच्या बाबतीत देखील दिले जाऊ शकते. तेथील प्लेबियन लोकांनी लोकशाहीनुसार सर्वोच्च कार्यकारिणीत त्यांच्या वाट्यासाठी लढले आणि त्यांच्या लोकांची असेम्बली 'कोमिटिया सेंचुरियाटा', (प्रतिनिधीला), नियुक्त केले ज्यांची निवड एक स्वतंत्र संस्थाद्वारा करण्यात आली जी की रोमच्या मुलनिवासींची स्वतंत्र सत्ता होती. त्यांनी त्यांचा स्वतंत्र प्रतिनिधी असावा असे यामुळे ठरविले की उच्चभ्रू पॅट्रिशियन कॉन्सल्सचे (consul) प्रतिनिधी प्रशासन चालवताना त्याच्याशी भेदभाव करतात. यामुळे त्यांना मोठा फायदा झाला कारण रोमच्या लोकशाही राज्यघटनेत एका प्रतिनिधीला दुसऱ्या प्रतिनिधीच्या कामावर व्हेटो करण्याचा अधिकार आहे. पण प्रत्यक्षात त्यांना हक्क मिळाला ? उत्तर 'नाही' असे आहे, रोमच्या लोकप्रतिनिधींना कधीही त्यांचा स्वतःचा लोकप्रतिनिधी सापडला नाही जो एक शक्तिशाली माणूस होता आणि विशिष्ट प्रतिनिधीपासून स्वतंत्रपणे कार्य करू शकत होता. सर्वसाधारणपणे, सामान्य जनतेला स्वतः साठी एक अतिशय मजबूत प्रतिनिधी मिळायला हवा होता कारण तो सामान्य लोकांच्या स्वतंत्रपणे निश्चित केलेल्या मतदार यादीद्वारे निवडून येत होता. त्यांचा प्रतिनिधी असणारा तगडा प्रतिनिधी त्यांना का निवडून देता आला नाही, हा प्रश्न आहे. धर्म माणसाच्या मनावर कसा राज्य करतो याचे उत्तर सत्यात आहे. रोमन समाजात ही सर्वमान्य प्रथा होती की जोपर्यंत पुजारी किंवा धार्मिक पुजारी त्याला डेल्फी देवीची मान्यता देत नाही, तोपर्यंत कोणताही सरकारी अधिकारी त्याच्या कार्यालयाचे काम सुरू करू शकत नव्हता. देवीच्या मंदिराचा मुख्य पुजारी हा उच्चभ्रू वर्गातील होता. ते सर्व राष्ट्रपुरुष होते, त्यामुळे जेव्हा-जेव्हा सामान्य वर्गातून असा प्रतिनिधी निवडला जायचा तेव्हा उच्चभ्रू वर्गाकडून तीव्र विरोध होत असे. जर भारतातील प्रचलित मान्यतेनुसार ते जातीयवादी (communal) असायचे, देवी डेल्फाचा अवतार, तर उच्चवर्णीय बिनदिक्कतपणे घोषित करतील की ते देवीला मान्य नाही.

अशाप्रकारे, रोममधील मूळ प्लेबियन लोकांना फसवून त्यांच्या हक्कांपासून वंचित ठेवण्यात आले होते, परंतु लक्षात घेण्याजोगा मुद्दा असा आहे की प्लेबियन लोकांनी देखील स्वतःची फसवणूक होऊ दिली, कारण ते उच्चभ्रू लोकांप्रमाणेच, त्यांचाही असा ठाम विश्वास होता की कोणत्याही सरकारी अधिकाऱ्याने आपले कार्यालय सुरू करण्यापूर्वी डेल्फा देवीची मान्यता घेणे आवश्यक आहे, केवळ लोकांकडून निवडून येणे पुरेसे नाही. जर सामान्य जनमतवादी लोकांनी निवडणूक पुरेशी आहे, आणि देवीची मान्यता आवश्यक नाही, अशी मागणी केली असती, तर त्यांनी मिळवलेल्या राजकीय

अधिकारांचा त्यांना पुरेपूर फायदा घेता आला असता. परंतु त्याने असे केले नाही, त्याने दुसऱ्या व्यक्तीची निवड करण्यास सहमती दर्शविली जी त्याला कमी स्वीकार्य होती परंतु देवी डेल्फासाठी अधिक स्वीकार्य आणि फायदेशीर होती, याचा अर्थ असा होतो की तो पॅट्रिशियन लोकांचा अधिक आज्ञाधारक आणि त्यांच्या पसंतीची काळजी घेणारा होता. सामान्य लोकांनी धर्माचा त्याग करण्याऐवजी ज्या भौतिक लाभासाठी (material gain) त्यांनी एवढा संघर्ष केला होता, त्याचाच त्याग केला. यावरून हे सिद्ध होत नाही का की धर्म हा संपत्तीपेक्षा जास्त ताकदवान नसला तरी तो तितकाच शक्तिशाली आहे. समाजवादी असे गृहीत धरण्याची चूक करतात कारण सध्याच्या युरोपीय समाजाच्या युगात आर्थिक शक्ती, म्हणजेच संपत्ती हा शक्तीचा प्रमुख स्रोत किंवा साधन आहे. त्यामुळे भारताच्या संदर्भात हे खरे आहे आणि पूर्वी युरोपच्या बाबतीतही असेच होते. धर्म, सामाजिक स्थिती आणि मालमत्ता (religion social status and property) ही सर्व शक्ती आणि अधिकाराची साधने आहेत जी इतरांच्या स्वातंत्र्यावर नियंत्रण ठेवण्यासाठी कोणालाही वाटते की आपल्याकडे हे असावं. यापैकी सगळेच नाही पण एकावेळी एक तरी प्रभावी ठरतो. सत्य हे आहे की जर स्वातंत्र्य हा आदर्श असेल आणि स्वातंत्र्य म्हणजे एकाने दुसऱ्यावर चालवलेल्या वर्चस्वाचा नाश करणे असेल, तर आर्थिक सुधारणा ही एक आवश्यक सुधारणा आहे यावर जास्त जोर दिला जाऊ शकत नाही. कोणत्याही काळात किंवा कोणत्याही समाजात सत्ता आणि अधिकाराची साधने सामाजिक आणि धार्मिक असतील, तर सामाजिक आणि धार्मिक सुधारणा ही आवश्यक सुधारणा म्हणून स्वीकारली पाहिजे.

अशा प्रकारे, भारतातील समाजवाद्यांनी स्वीकारलेल्या इतिहासाच्या आर्थिक विवेचनाच्या तत्त्वांवर दोष शोधून टीका केली जाऊ शकते. परंतु मालमत्तेचे समान वाटप हीच खरी सुधारणा आहे आणि ती इतर सर्व सुधारणांच्या आधी असावी असा समाजवाद्यांचा दावा आहे, असे माझे मत आहे. तरीही, मी समाजवाद्यांना विचारू इच्छितो की, प्रथम सामाजिक रचनेत बदल आणि सुधारणा न करता तुम्ही आर्थिक सुधारणा घडवून आणू शकता का ? भारतातील समाजवाद्यांनी या प्रश्नाकडे कधीच लक्ष दिले नाही असे दिसते. त्यांच्यावर अन्याय होऊ नये अशी माझी इच्छा आहे. एका अग्रगण्य समाजवादीने माझ्या मित्राला काही दिवसांपूर्वी लिहिलेल्या पत्रातील एक उतारा मी इथे देत आहे. या पत्रात त्यांनी लिहिले आहे-

'माझा असा विश्वास आहे की जोपर्यंत एक वर्ग दुसऱ्या वर्गाचे शोषण, दडपशाही (suppression) किंवा वाईट वागणूक देतो तोपर्यंत आपण भारतामध्ये मुक्त समाज

निर्माण करू शकत नाही. समाजवादी आदर्शांवर विश्वास ठेवत, मला पूर्ण विश्वास आहे की समाजातील विभिन्न वर्ग आणि समूहात परस्पर समान व्यवहार असायला हवा. मला वाटते की या समस्यांवर केवळ समाजवाद हेच योग्य उत्तर आहे. या धारणेला ठीक म्हणणे म्हणजे समाजात प्रचलित असलेल्या विचाराला मान्यता देण्यासारखे आहे. समाजवाद एक व्यवहारीक कार्यक्रम असेल आणि केवळ इतरांसाठी आदर्श नाही, तर समाजवाद्यांसाठी हा प्रश्न नाही की ते समाजातील समानतेवर विश्वास ठेवतात किंवा नाही. त्यांच्यासाठी हा प्रश्न आहे की ते एक वर्गाने दुसऱ्या वर्गाचे शोषण करतो याला ते सामाजिक व्यवस्थेचे अंग मानतात की नाही. मला ती कारणं स्पष्ट करायची आहेत, जे माझं म्हणणे पूर्णपणे स्पष्ट करण्यासाठी समाजवादाच्या अंगाने आहेत. हे स्पष्ट आहे की समाजवाद्यांने ठरवलेली आर्थिक सुधारणा (economic reform) तोपर्यंत शक्य नाही जोपर्यंत ते राजकीय सत्ता ताब्यात (seizure of power) घेत नाहीत. सत्ता ताब्यात घेण्याचे काम नाही रे वर्गाने करायला हवे."

पहिला प्रश्न मी विचारतो की, भारतातील गरीब, कष्टकरी सर्वहारा (proletariat) वर्ग एकत्र येतील जेणेकरून ही क्रांती घडू शकेल. असे कोणते कारण असू शकते जे लोकांना यासाठी प्रेरित करेल ? मला असे वाटते की इतर सर्व गोष्टी समान असतील, ज्या एखाद्या व्यक्तीला क्रांतीची प्रेरणा देऊ शकते आणि ती म्हणजे या कामात त्याचे साथीदार असलेल्या इतर लोकांमध्ये समानता आणि बंधुत्वाची (equality and fraternity) भावना असावी आणि सर्वाधिक न्यायाची (justice) भावना असावी. संपत्तीचे समान वाटप करणाऱ्या कोणत्याही क्रांतीत लोक तोपर्यंत सहभागी होणार नाहीत, जोपर्यंत त्यांना समान वागणूक दिली जाईल आणि जातीच्या आणि वंशाच्या (caste or creed) आधारे कोणीही भेदभाव आणि शोषण करणार नाही असा विश्वास असेल. मला आशा आहे की क्रांतीचे नेतृत्व करणाऱ्या समाजवाद्याला त्याचा जाती-पातीवर विश्वास नाही असे बोलून चालणार नाही. ही हमी अशी असावी की त्याचा पाया अधिक मजबूत असावा. विशेषतः मानसिक पातळीवर देशातील सर्व लोकांमध्ये समता आणि बंधुत्वाची भावना निर्माण झाली पाहिजे. असे म्हणता येईल का की भारतातील गरीब हा श्रमजीवी वर्ग असूनही गरीब आणि श्रीमंत याशिवाय कोणताही भेदभाव ओळखत नाही ? गरीब लोक जात, वंश, किंवा स्थिती यावर आधारित भेदभाव मानत नाहीत असे म्हणता येईल का ? अशा भेदभावावर त्यांचा विश्वास आहे हे खरे असेल, तर श्रीमंतांविरुद्धच्या संघर्षात अशा गरीब सर्वहारा वर्गाकडून कोणत्या आघाडीवर ऐक्याची अपेक्षा करता येईल ? सर्वहारा वर्ग जोपर्यंत

संयुक्त आघाडी बनवू शकत नाही तोपर्यंत क्रांती कशी होऊ शकते ? केवळ विचारार्थ, आपण असे गृहीत धरू की चमत्कार झाला आणि क्रांती झाली. समाजवादी सत्तेवर आले, तरी त्यांना भारतात आधीपासून अस्तित्त्वात असलेल्या विचित्र समाजिक समस्यांना तोंड द्यावे लागणार नाही का ?

जातीयवाद आणि इतर रूढी आणि संकुचित विचारसरणीमुळे निर्माण झालेल्या समस्यांवर मात केल्याशिवाय भारतातील समाजवादी सरकार क्षणभरही चालू शकेल, असे मला वाटत नाही. समाजवाद्यांना काही आकर्षक घोषणा देऊन किंवा कार्यक्रम देऊन समाधान मानायचे नसेल आणि त्यांना समाजवाद यशस्वीपणे राबवायचा असेल तर समाजसुधारणा हीच खरी सुधारणा आहे हे त्यांना मान्य करावे लागेल आणि हीच समाजाची मूलभूत गरज आहे आणि या समस्यांपासून पळ काढण्याचा दुसरा कोणताही मार्ग नाही. भारतातील पूर्वापार चालत आलेल्या समाजव्यवस्थेने निर्माण केलेल्या विकृतीला समाजवाद्यांना सामोरे जावे लागेल आणि तसे केल्याशिवाय ते आपले ध्येय गाठण्यात यशस्वी होऊ शकत नाहीत. जरी सुदैवाने ते तसे करूही शकले तरी त्यांना त्यांचे उद्दिष्ट साध्य करण्यासाठी या समस्यां त्यांना सोडवाव्याच लागतील.

माझा ठाम विश्वास आहे की जर त्यांनी क्रांतीपूर्वी लक्ष दिले नाही तर क्रांतीनंतर त्यांना जातीकडे लक्ष देणे भाग पडेल. दुसरे म्हणजे, आपण असे म्हणू शकतो की आपण कोणत्याही दिशेने पहा, कोणत्याही दिशेने जा, जात हा असा राक्षस (monster) आहे की ती नेहमीच आपल्या मार्गावर उभा असलेला दिसेल. जोपर्यंत तुम्ही या राक्षसाला संपवत नाही तोपर्यंत तुम्ही कोणतीही राजकीय किंवा आर्थिक सुधारणा घडवून आणू शकत नाही.

४.

श्रम आणि जातिव्यवस्थेचे विभाजन

या आधुनिक युगातही जातिवादाची बाजू घेणारे काही कमी नाहीत. ही विडंबना आहे. त्याचे समर्थक अनेक आधारावर जातीचे समर्थन करतात. त्यांचा दावा आहे की जातिव्यवस्था केवळ श्रमविभागणीचे दुसरे नाव आहे. प्रत्येक सुसंस्कृत समाजासाठी श्रमविभागणी आवश्यक आहे, त्यामुळे जातिव्यवस्था असण्यात काहीही चुकीचे नाही, असाही युक्तिवाद केला जातो. या मताचे जोरदार खंडन करण्यासाठी प्रथम असे आहे की जातीव्यवस्था केवळ श्रमविभाजन (division of labour) नाही आहे, तर ते श्रम करणाऱ्या श्रमिकांचे (division of laboures) विभाजन आहे. आधुनिक सुसंस्कृत समाजात श्रमविभाजनाची गरज आहे हे खरे आहे, परंतु कोणत्याही सुसंस्कृत समाजात श्रमविभागणीसोबतच विविध वर्गांमध्ये श्रमशक्तीची (unnatural division) अनैसर्गिक विभागणी होत नाही. भारताच्या जातिव्यवस्थेमध्ये केवळ कामगारांची विभागणीच समाविष्ट नाही जी श्रम विभागणीपेक्षा पूर्णपणे भिन्न असणारी विभागणी आहे, ही विभागणी विविध वर्गांमध्ये एकमेकांच्या तुलनेत श्रेष्ठ आणि कनिष्ठतेची भावना देखील निर्माण करते, जी जगातील कोणत्याही समाजात आढळत नाही. कष्टकरी लोकांमध्ये असा क्रम किंवा विभागणी इतर कोणत्याही देशात नाही.

जर जातिव्यवस्था ही श्रमाची विभागणी मानली गेली तर ती उत्स्फूर्त (spontaneous) किंवा ऐच्छिक विभागणी नाही कारण ती व्यक्तीच्या इच्छेवर आधारित नाही किंवा ती नैसर्गिक प्रवृत्ती आणि क्षमतेवर आधारित नाही. कोणत्याही समाजात सामाजिक आणि वैयक्तिक कार्यक्षमतेसाठी, कोणत्याही व्यक्तीची क्षमता आणि समानता इतकी विकसित करणे आवश्यक आहे की त्याला स्वतःचा व्यवसाय निवडण्यास आणि तो रोजगार म्हणून स्वीकारण्यास सक्षम बनविला गेला पाहिजे. जातीव्यवस्थेत हा नियम पाळण्यात येत नाही कारण या व्यवस्थेत प्रत्येक व्यक्तीचा व्यवसाय जन्मापूर्वीच ठरवला जातो. यामध्ये, व्यवसाय हे प्रशिक्षण किंवा वातावरणाद्वारे

प्राप्त केलेल्या नैसर्गिक क्षमता आणि कौशल्यांच्या आधारावर नव्हे तर कुटूंबाच्या जातीच्या आधारावर ठरवला जातो.

जातिव्यवस्था केवळ जन्मापूर्वीच एखाद्या व्यक्तीचा व्यवसाय चुकीच्या पद्धतीने ठरवत नाही तर व्यक्तीला आयुष्यभर त्याच व्यवसायात बांधून ठेवते आणि व्यक्तीला इच्छा असूनही व्यवसाय बदलण्याचे स्वातंत्र्य नसते. अशा स्वातंत्र्यासाठी स्वतःला परिस्थितीशी जुळवून घेणे आणि रोजगार मिळणे अशक्य होईल. जातीव्यवस्था हिंदूंना असे व्यवसाय स्वीकारू देत नाही जे त्यांना वारसाहक्काने (heredity) मिळालेले नाहीत पण बदललेल्या परिस्थितीत ते करू इच्छितात. जर एखाद्या हिंदूला त्याच्या जातीसाठी विहित केलेल्या व्यवसायाव्यतिरिक्त कोणताही व्यवसाय करता येत नसेल, आर्थिक अडचणीमुळे त्याची उपासमार असली तरी. जातीवर आधारित व्यवसाय सोडून इतर व्यवसायांना परवानगी न मिळाल्याने देशात बेरोजगारीची समस्या तीव्र होत आहे.

जातिव्यवस्था ही देखील श्रमविभागणीच्या रूपात एक गंभीर दोष आहे. जातिव्यवस्थेने निर्माण केलेली श्रमविभागणी ही व्यक्तीच्या इच्छेवर आधारित विभागणी नाही. माणसाच्या भावना आणि आवडीला इथे कोणतेच स्थान नाही. 'सर्वकाही आधीच ठरलेले आहे' (dogma of predestination) हे तत्त्व त्याचा आधार आहे. या आधारावर, आपल्याला हे मान्य करावे लागेल की आजच्या उद्योगांमध्ये गरिबी आणि दडपशाही ही तितकी मोठी समस्या नाही कारण अनेक लोक जातिव्यवस्थेने त्यांना दिलेले काम केवळ बळजबरीनेच करतात. ते काम करण्याची त्यांची इच्छा नसते. ते करीत असलेल्या कामात त्यांना काही रस (ill will) नसतो. अशा कामामुळे कामगारांत सतत आळशीपणा, कंटाळा आणि तिरस्काराची भावना निर्माण होते. भारतात असे अनेक व्यवसाय किंवा उद्योग आहेत ज्यांना हिंदू धर्म घृणास्पद किंवा (degraded)अधोगती मानतो. त्यामुळे अशा व्यवसायात काम करणारे लोक त्यांच्यापासून मुक्त होण्यासाठी नेहमीच तयार असतात आणि त्यांना अशा घृणास्पद व्यवसायांपासून दूर पळायचे असते. अशा परिस्थितीत जिथे कामगारांना भावना नाही आणि मन नाही, अशा वातावरणात कार्यक्षमता आणि सक्षमता कशी प्राप्त होणार ? त्यामुळे आर्थिक व्यवस्था म्हणून जातिव्यवस्था ही अत्यंत घातक प्रथा आहे. कारण ते माणसाच्या नैसर्गिक आवडी आणि इच्छांना दडपून टाकते आणि त्यांना सामाजिक नियमांचे बंधन घालून निष्क्रिय बनवते.

५.

वंश, रक्तशुद्धी आणि जातिव्यवस्था

जातीव्यवस्थेच्या बाजूने असलेल्या काही लोकांनी त्याला जीवशास्त्राचे स्वरूप देऊन योग्य सिद्ध करण्याचा प्रयत्न केला आहे. त्यांचे म्हणणे आहे की वंश आणि रक्ताच्या (purity of race and purity of blood) शुद्धतेचे संरक्षण जातिव्यवस्थेतून होते. या संदर्भात, वांशिक शास्त्रज्ञांचे असे मत आहे की शुद्ध रक्त किंवा शुद्ध वंशाचे लोक यापुढे जगात कोठेही अस्तित्वात नाहीत आणि सर्व जाती एकमेकांत मिसळल्या आहेत. हे विशेषतः भारतातील लोकांच्या बाबतीत खरे आहे. आई डी.आर. भांडारकर यांनी त्यांच्या 'हिंदू लोकसंख्येतील परकीय घटक' (foreign elements in hindu population) या लेखात लिहिले आहे की, 'भारतात क्वचितच अशी कोणतीही जात किंवा वर्ग असेल ज्यात परकीय (admixture) मिश्रण नसेल. परकीय रक्ताचे हे मिश्रण फक्त राजपूत आणि मराठ्यातच दिसून येते असे नाही तर, ब्राह्मणांमध्येही दिसून येते. ब्राह्मण आपली जात श्रेष्ठ आणि शुद्ध असल्याच्या (happy delusion) भ्रमात मग्न आहेत कारण त्यांच्यात परकीय रक्ताचे मिश्रण नाही.

जातीचे मिश्रण रोखण्यासाठी आणि रक्ताची शुद्धता राखण्यासाठी जातिव्यवस्था विकसित झाली, असे जातिव्यवस्थेबाबत म्हणता येणार नाही. ऐतिहासिक सत्य हे आहे की जातींची उत्पत्ती खूप नंतर झाली, त्यापुर्वी भारतातील विविध जाती रक्त आणि संस्कृतीमुळे वेगळया झाल्या होत्या, म्हणजेच रक्त आणि संस्कृतीचे (culture) परदेशी घटक इथल्या लोकांमध्ये आधीच मिसळले होते. त्यामुळे जातीतील फरक हा वंशाचा फरक मानणे आणि भारतातील विविध जाती वेगवेगळया वंशाच्या जमाती असल्याचा दावा करणे खरे नसून दिशाभूल करणारा दावा आहे.

पंजाबचे ब्राह्मण आणि मद्रासचे ब्राह्मण यांच्यात वंशाचा (race) काही संबंध आहे का ? त्याचप्रमाणे बंगाल आणि मद्रासच्या अस्पृश्यांमध्ये काही घनिष्ठ वंशाचे

नाते असू शकते का ? वंशाच्या दृष्टिकोनातून पाहिल्यास पंजाबचे ब्राह्मण चर्मकार एकाच वंशाचे आहेत. मद्रासचे ब्राह्मण आणि चर्मकार यांच्यात काही फरक आहे का ? त्याचप्रमाणे मद्रासचे ब्राह्मण आणि पेरिया अस्पृश्य यांचा वंश सारखा आहे. जातिव्यवस्था वांशिक (racial) विभाजनाच्या मर्यादा निश्चित करत नाही. जातिव्यवस्था ही एकाच वंशातील लोकांची सामाजिक विभागणी आहे. तरीही, वंशभेदाचा मुद्दा मान्य करून, कोणी असा प्रश्न विचारू शकतं की भारतातील विविध जातींमधील आंतरविवाहांना वंश आणि रक्ताची भेसळ करण्याची परवानगी देण्यात काय नुकसान आहे. मानव आणि प्राणी यांच्यात इतका फरक आहे की विज्ञान मानव आणि प्राणी या दोन भिन्न प्रजाती म्हणून मान्य करते, परंतु वंशाच्या शुद्धतेवर विश्वास ठेवणारे वैज्ञानिक देखील असा दावा करत नाहीत की भिन्न प्रजाती किंवा वंशाचे लोक भिन्न जातीचे असतात. ते फक्त एकाच प्रजातीचे वेगवेगळे रूप आहेत. अशा परिस्थितीत, ते इतर प्रजातीसोबत प्रजनन करू शकतात आणि संतान जन्माला घालण्यास सक्षम आहेत आणि वांज (sterile) नसतात.

जातिव्यवस्थेच्या बाजूने, वंश आणि मानवी उत्क्रांती (eugenics) बद्दल मूर्खपणाच्या अनेक गोष्टी बोलल्या जातात. मानव विकासाच्या मूलभूत तत्त्वानुसार जातिव्यवस्थेवर टीका करणारे फार कमी लोक असतील, कारण काही लोक योग्य मार्गाने वंश सुधारण्यास विरोध करतील. परंतु जातिव्यवस्था न्यायप्रविष्ट (judious noting) कशी मानली जाऊ शकते हे समजणे कोणालाही फार कठीण आहे. जातिव्यवस्था हा एक वाईट आणि नकारात्मक विचारसरणीचा प्रकार आहे जो विविध जातींच्या लोकांना एकमेकांशी लग्न करण्यापासून रोखतो, जो विवाहासाठी योग्य जोडीदार निवडण्याचा सकारात्मक मार्ग नाही. एका खास जातीच्या कोणत्या दोन व्याक्तीने लग्न करावे हे जातीसंस्था ठरवते. जर जातिव्यवस्था मानवी विकासाच्या विज्ञानावर आधारित असेल, तर पोटजातींचा आधारही मानवी विकासाच्या क्रमाने असायला हवा. पण पोटजातींची उत्पत्ती देखील मानवी उत्क्रांतीच्या विज्ञानामुळेच आहे असा कोणी गंभीरपणे दावा करू शकतो का ? मला वाटते की अशा धारणेच्या बाजूने युक्तिवाद करणे व्यर्थ आहे आणि याचे कारण अगदी स्पष्ट आहे. जर जातीचा अर्थ वंश किंवा प्रजाती असा असेल तर उपजातींमध्ये आढळणारे भेद हे वंशातील फरक मानले जाऊ शकत नाहीत कारण उपजाती या एकाच वंशाच्या काल्पनिक शाखा आहेत. यावरून हे स्पष्ट होते की पोटजातींमधील आंतरविवाह, खाण्यापिण्याच्या सवयींवर बंधने, वंश व रक्ताची

शुद्धता राखणे या गोष्टी आंतरजातीय हेतूने करता येत नाहीत पण पोटजातींचा मुळात मानवी विकासाशी संबंध नाही. त्यामुळे यात काही तथ्य असू शकत नाही.

जातीची उत्पत्ती हे वंश किंवा वंश सुधारण्याचे शास्त्र असेल तर आंतरविवाहास बंदी समजण्यासारखी आहे, पण जाती-पोटजातींमधील खाण्यापिण्यावर बंदी घालण्याचे काय प्रयोजन आहे, ते समजत नाही ? एकमेकांसोबत भोजन केल्यामुळे रक्तावर त्याचा कोणताही परिणाम होत नाही आणि जातशुद्धी किंवा अशुद्धीशी त्याचा संबंध असू शकत नाही. यावरून हे सिद्ध होते की, जातिवादाला कोणताही वैज्ञानिक आधार नाही आणि जे लोक याला मानवी विकासासाठी सत्य म्हणून सिद्ध करू पाहत आहेत ते पूर्णपणे अवैज्ञानिक आधाराचा आधार घेत आहेत. आजच्या काळातही आनुवंशिकतेची योग्य आणि अनुवांशिक (heredity) शास्त्रीय माहिती असल्याशिवाय सुंदर मूल होण्याची व्यावहारिक शक्यता नाही. प्रो. बॅटसन यांनी त्यांच्या 'मॉडेल्ड प्रिन्सिपल्स ऑफ हेरीडिटी' या पुस्तकात म्हटले आहे की, जर एखाद्या मुलामध्ये चांगले गुण असतील तर त्या आधारावर ते केवळ विशिष्ट परंपरेतील गुणांमुळे आले आहेत असे म्हणता येणार नाही. अशीही शक्यता असू शकते की मुलामध्ये जे चांगले किंवा अधिक शारीरिक गुण आले आहेत ते कोणत्याही विशिष्ट अनुवांशिक (genetic element) घटकापेक्षा विविध कारणांच्या संयोगाचा परिणाम आहेत. जातिव्यवस्थेचा सिद्धांत मानवी उत्क्रांतीशी निगडीत आहे असा युक्तिवाद करणे म्हणजे सध्याच्या हिंदूंच्या पूर्वजांची अशी वंशावळी देणे, ज्याबद्दल आधुनिक शास्त्रज्ञांनाही माहिती नाही. झाडाबाबत योग्य निर्णय किंवा आकलन त्याच्या फळांवरून व्हायला हवे. जर जातीचा आधार मानवी विकास असेल तर मग कोणत्या प्रकारची माणसे कोणी निर्माण करायला हवी होती ? शारीरिकदृष्ट्या हिंदू हे 'क' वर्गातील लोक आहेत. हिंदू वंशातील लोक आकाराने लहान आहेत आणि बुटके (pigmies and dwarfs) आहेत जे आकाराने लहान तसेच ताकदीने कमकुवत आहेत. ही एक प्रजाती आहे ज्याची ९/१० वी लोकसंख्या लष्करी सेवेसाठी अयोग्य (unfit) घोषित केली गेली आहे. ही एक अशी सामाजिक व्यवस्था आहे ज्यामध्ये हिंदूंच्या एका विशिष्ट वर्गाचा स्वार्थ आणि अहंकार जोपासला जातो, ज्याचा सामाजिक प्रभाव इतका जास्त आहे की त्यांनी ही जातव्यवस्था कायम ठेवली आहे आणि ही व्यवस्था खालच्या लोकांवर जबरदस्तीने लादण्यात देखील करण्यात आली आहे.

यावरून हे स्पष्ट होते की जातिव्यवस्था मानवी विकासाच्या आधुनिक विज्ञानावर (eugenics) आधारित नाही. ही समाजव्यवस्था म्हणजे समाजातील अशा (perverse) लोकांचे योगदान आहे जे आपल्या कपट, सत्ता आणि हुशारीने आणि धूर्तपणा आणि कुटिलतेने समाजातील इतर घटकांवर आपले वर्चस्व प्रस्थापित करण्यात यशस्वी झाले, आपला अहंकार आणि वर्चस्व कायमस्वरूपी टिकवण्यासाठी त्यांनी जातीव्यवस्थेला जन्म दिला.

जातीमुळे आर्थिक विकास होत नाही (economic efficiency deorganized demoralized) जातीमुळे वंशशुद्धीही होत नाही. होय, जातीने एक गोष्ट नक्कीच केली आहे की ती म्हणजे हिंदू समाजाला पूर्णपणे मोडून तोडून (deorganized) टाकले आहे आणि त्यांना निराशेच्या (demoralized) अंधारात ढकलले आहे.

६.

हिंदू हा 'समाज' आहे ?

हिंदू समाज ही एक मिथक (myth) आहे हे सर्वप्रथम आपण स्वीकारले पाहिजे. 'हिंदू' हा शब्द परकीय नाव आहे. हे नाव मुस्लिमांनी या ठिकाणच्या रहिवाशांना स्वतःची ओळख पटवण्यासाठी दिले होते. मुस्लिम आक्रमकांच्या आगमनापूर्वी कोणत्याही संस्कृत ग्रंथात हिंदू हा शब्द आढळत नाही. याचे एकमेव कारण म्हणजे त्यावेळच्या लोकांना या नावाची गरज नव्हती कारण त्या वेळी आपण समान अधिकार असलेल्या समाजाचा एक भाग आहोत ही भावना त्यांच्या मनात नव्हती. अशाप्रकारे हिंदूच्या समूहाला समाज म्हणता येणार नाही. तसे पाहिल्यास हा अनेक जातींचा (collection of castes) समूह आहे. यामध्ये प्रत्येक जात केवळ स्वतःच्या अस्तित्वासाठी सजग आणि सक्रिय राहते आणि स्वतःच्या (existance) अस्तित्वाचे रक्षण करणे हेच त्याचे एकमेव आणि अंतिम ध्येय असते.

समाजात राहूनही हिंदूंमध्ये एकात्मतेची भावना आढळत नाही. म्हणजेच हिंदू समाजाला जातींचा महासंघही (fedaration) म्हणता येत नाही. एका जातीचा दुसऱ्या जातीसोबत काही संबंध असतो, याची पण जाणीव नसते. हिंदू-मुस्लिम दंगलीच्या वेळीच सर्व जाती एकत्र येतात. इतर वेळी प्रत्येक जात स्वतःला इतर जातींपासून वेगळे करून स्वतःची ओळख टिकवून ठेवण्याचा सर्वतोपरी प्रयत्न चालतो. या जाती केवळ त्यांच्या स्वतःच्या आहाराच्या आणि लग्नाच्या सवयी त्यांच्या जातींमध्येच पाळत नाहीत तर अनेक जातींनी स्वतःचा विशिष्ट पोशाख आणि जीवनशैली

(distinctive dress) देखील ठरवली आहे जेणेकरून ते इतरांपेक्षा वेगळे दिसावेत. परदेशी पर्यटकांच्या मनोरंजनासाठी भारतात असंख्य प्रकारचे पोशाख पाहायला मिळतात. याचे कारण येथे अनेक जाती आहेत हे आहे. सत्य हे आहे की एक आदर्श हिंदू तो आहे जो बिळात राहणाऱ्या उंदरासारखा आहे जो बिळाच्या बाहेर पडून एकमेकांसोबत

मैत्री करण्याच्या भानगडीत पडत नाही. हिंदूंमध्ये सामूहिक चेतनेचा खूप अभाव (consciousness of kind life) आहे. प्रत्येक हिंदूमध्ये जी जाणीव आहे ती त्याच्या जातीची जाणीव आहे, सामूहिक चेतना नाही. यामुळेच हिंदूंना समाज किंवा राष्ट्र (society or natoin) म्हणता येत नाही. तरीही असे अनेक भारतीय आहेत ज्यांची देशभक्ती त्यांना हे मान्य करू देत नाही की भारत हे राष्ट्र नसून केवळ विविध समाजातील असंघटित लोकांचा समूह आहे. ते अधोरेखित करतात की स्पष्ट विविधतेमागे (fundamental) एक मूलभूत एकता आहे (apparent diversity) जी हिंदूंच्या जीवनावर परिणाम करते. संपूर्ण भारतातील हिंदूंच्या सवयी, चालीरीती, परंपरा, श्रद्धा आणि विचार यांच्यात ही एकता प्रचलित आहे. पण यामुळे हिंदू समाज (society) घडवतात असा निष्कर्ष काढता येत नाही. अशा विचारसरणीचा परिणाम समाजाच्या जडणघडणीतील आवश्यक घटक समजून घेण्याच्या चुकीमुळे होईल. शरीराने (physical proximity) जवळ राहणारे लोक समाजाची निर्मिती करत नाहीत तशाच प्रकारे समाजाचा सदस्य इतर लोकांपासून दूर राहत असला तरीही त्याचे सदस्यत्व गमावत नाही. त्याचप्रमाणे, समान सवयी, परंपरा, श्रद्धा आणि कल्पना असणे लोकांना समाजात संघटित करण्यासाठी पुरेसे नाही.

वस्तू केवळ विटांप्रमाणेच एका व्यक्तीकडून दुसऱ्या व्यक्तीकडे भौतिकरित्या जाऊ शकतात. त्याचप्रमाणे, एका समाजाच्या सवयी आणि परंपरा, श्रद्धा आणि कल्पना इतर समुदाय स्वीकारू शकतात आणि अशा प्रकारे दोघांमध्ये समानतेची भावना निर्माण होऊ शकते. विखुरण्यामुळे संस्कृती आणि सभ्यतेचा विस्तार होतो आणि यामुळेच वेगवेगळ्या आदिवासी जमातींमध्ये परंपरा, सवयी, श्रद्धा आणि विचारांमध्ये बरेच साम्य आहे, जरी ते एकमेकांच्या जवळ राहत नाहीत. पण इतके साम्य असूनही या आदिवासी जमातींना एकच समाज म्हणता येणार नाही. कारण समाज घडवण्यासाठी केवळ समानता पुरेशी नसते. जेव्हा लोक एकत्र येतात तेव्हा समाज तयार होतो कारण त्यांच्याकडे काही गोष्टी असतात ज्यावर त्यांना समान अधिकार असतात (possess in common). एखाद्या गोष्टीवर समान हक्क असणे, एखाद्या गोष्टीत सामान्य अधिकार क्षेत्रात असण्यापेक्षा वेगळे आहे (have similarthing) आणि हा एकमेव मार्ग आहे की लोकांना समान अधिकार मिळू शकतात. हा मार्ग एकमेकांशी जोडून राहण्याचा आहे, प्रत्येकाने एकमेकांच्या संपर्कात रहायाचा. परस्पर संपर्क आणि सुसंवाद (communication) राखूनच समाज आपले अस्तित्व टिकवून ठेवू शकतो, असे आणखी एका अर्थाने म्हणता येईल. ठोस गोष्ट अशी आहे की जर काही

लोकांचा व्यवहार इतर लोकांच्या व्यवहारासारखा असेल तर ते समान वागणे पुरेसे नाही, समान व्यवहार (parallel), मग तो समानतेसाठी का असे ना, समाजाला एकत्र करण्यास सक्षम नाही. इंदूरच्या विविध जातींनी अनेक सण साजरे केले, तरी एकच सण वेगवेगळ्या जातींनी साजरे केले तरी ते समाज (society) म्हणून एक (society bound) नसतात, हे यावरून सिद्ध होते. यासाठी हे गरजेचे आहे की एक व्यक्ती सामूहिक कार्यक्रमात भाग घेणे आणि येगदान (share and participate) देणे. यामुळे इतरांनाही प्रोत्साहन मिळेल. एखाद्या व्यक्तीला समूहाच्या कार्यात अशा प्रकारे समाविष्ट केले पाहिजे की समूहाचे यश त्याचे यश आणि त्याचे अपयश हे स्वतःचे अपयश समजेल. हीच खरी गोष्ट आहे जी लोकांना एकत्र बांधते आणि समाज घडवते. जातिव्यवस्था आणि सांप्रदायिक समारंभ किंवा क्रियाकलाप रोखून, हिंदूंना एकसंघ जीवन असलेला समाज (unified life) बनण्यापासून आणि त्यांच्या अस्तित्वाची जाणीव होण्यापासून रोखले आहे.

७.

जातींचे राष्ट्रविरोधी आणि सामाजिक स्वरूप

बरेचदा हिंदू तक्रार करतात की काही लोकांचे काही गट किंवा समूह एकाकीपणा (isolation) किंवा अनन्यभाव (exclusiveness) राखतात आणि समाजविघातक भावना भडकावतात. हिंदू त्यांच्यावर सामाजिक शत्रुत्वाच्या भावना निर्माण केल्याचा आरोप करतात पण ते विसरतात की या सामाजिक शत्रुत्वाच्या भावना त्यांच्या स्वतःच्या जातिव्यवस्थेतील सर्वात मोठा दोष आहे. एक जात दुसऱ्या जातीविरुद्ध द्वेषाचे भजन गाण्यात (hymn of hate) आनंद मानते, जसा जर्मन लोकांनी गेल्या युद्धात इंग्रजांविरुद्ध द्वेष पसरवण्यात आनंद व्यक्त केला होता. हिंदू साहित्य अशा जातींच्या वंशावळींनी (genealogies) भरलेले आहे. ज्यामध्ये एक जात उदात्त (noble) आणि बाकीचे हलके (ignoble) म्हणून दाखवण्याचा प्रयत्न करण्यात आला आहे. 'सह्याद्रिखंड' नावाचे पुस्तक हे जातीविरोधी साहित्याचे उदाहरण आहे. सामाजिक शत्रुत्वाच्या या भावना केवळ जाती-संबंधित मुद्यांपुरत्या मर्यादित न राहता, हिंदू पोटजातींमधील नातेसंबंधांमध्येही खोलवर गेल्या आहेत. माझ्या स्वतःचे राज्य महाराष्ट्रात, स्वतः ब्राह्मणांच्या अनेक उपशाखा आहेत. जसे गोलक ब्राह्मण, देवरुख ब्राह्मण, कराड ब्राह्मण, पालशे ब्राह्मण आणि चित्पावन ब्राह्मण. सर्वजण स्वतःला ब्राह्मण जातीची पोटजाती असल्याचा दावा करतात पण त्यांच्यात असलेल्या समाजविघातक भावना ब्राह्मण आणि ब्राह्मणेतर यांच्यातल्या भावनांइतक्याच ठळक (marked) आणि विषम (virulent) आहेत. पण यात आश्चर्य वाटण्यासारखे काहीच नाही, ही सामाजिक द्वेषाची भावना सर्वत्र आढळून येते, एखाद्या समाजाचे स्वतःचे खास फायदे आहेत, जे त्या समाजाला इतर समाजाशी परस्पर संबंधांपासून दूर ठेवतात कारण त्यांच्या ताब्यात जे काही आहे ते सुरक्षित रहावे. वेगवेगळया वंशांमधील विभक्तता आणि द्वेषाची ही भावना वेगवेगळ्या देशात असते तशीच असते. ब्राह्मणांची मुख्य चिंता ब्राह्मणेतरांपासून

स्वतःचे हित जपण्याची आहे आणि ब्राह्मणेतरांना मुळात ब्राह्मणांपासून स्वतःचे हित जपण्याची चिंता असते. अशाप्रकारे, हिंदू हा केवळ जातींचा समूह नसून लढाऊ गटांचा (warring groups) समूह आहे, ज्यातील प्रत्येकजण आपापल्या हितसंबंधांमध्ये गुंतलेला आहे.

जातिव्यवस्थेचा आणखी एक पैलू आहे जो अत्यंत खेदजनक (deplorable) आहे. आज कालच्या इंग्रजाच्या पूर्वज (ancestors decendents) 'वॉर ऑफ रोझेस' (war of roses) आणि 'क्रोमवेलियन युद्ध' (Cromwellian) मध्ये आमनेसामने लढले होते परंतु युद्धात एकमेकांच्या विरोधात लढलेल्या त्यांच्या वंशजांमध्ये कोणताही द्वेष किंवा दुर्भावना नव्हती. त्यांचे वंशज आज दुसऱ्या बाजूने सहभागी झालेल्यांच्या वंशजांविरुद्ध कोणतीही सूडबुद्धी बाळगत नाहीत. वडिलोपार्जित कलह (feud) विसरला आहे पण आजचे ब्राह्मणेतर आजच्या ब्राह्मणांना माफ करत नाहीत कारण त्यांच्या पूर्वजांनी शिवरायांचा अपमान केला होता. ब्राह्मणांच्या पूर्वजांनी आपल्या पूर्वजांचा केलेला अपमान आजच्या ब्राह्मणांना माफ केले जाणार नाही. इंग्रज आणि भारतीय यांच्यात इतका फरक असण्याचे कारण काय ? साहजिकच याला जातिव्यवस्था जबाबदार आहे. जाती आणि जातीचे भानच विविध जातींमधील जुन्या संघर्षांच्या आठवणी जिवंत ठेवते आणि त्यामुळे खांद्याला खांदा लावून चालण्याची भावना (solidarity) निर्माण होत नाही. जातीव्यवस्थेने आपली एकात्मता भंग केली आहे.

८.

आदिवासींच्या उत्थानात जातींचा अडथळा

अलिकडे, काही क्षेत्रे वगळण्यात (excluded) आल्याने आणि काही भागांचा अंशतः समावेश (partially included) करण्यावरून झालेल्या वादाने नकळत आदिवासींच्या (aborginal tribes) परिस्थितीकडे लोकांचे लक्ष वेधले आहे. या आदिवासी लोकांची संख्या एक कोटी तीस लाख असेल, जर जास्त नसेल तर आजकाल ही संख्या कितीतरी जास्त झाली असेल. त्यांचा राज्यघटनेत समावेश करणे योग्य की अयोग्य हा प्रश्न आपण बाजूला ठेवला तर ? तरीही हजारो वर्षांच्या सभ्यतेचा अभिमान (baots) बाळगणाऱ्या देशात आदिवासी त्यांच्या आदिम असंस्कृत अवस्थेतच राहिले हे खरे आहे. ते केवळ असंस्कृतच नाहीत तर त्यांच्यापैकी अनेकांनी असे व्यवसाय देखील स्वीकारले आहेत ज्यामुळे त्यांना गुन्हेगारी श्रेणीत टाकण्यात आले आहे. सभ्यतेच्या छाताडावर एक करोड तीस लाख लोक अजूनही आदिम अवस्थेत जगत आहेत आणि पारंपारिक गुन्हेगारी जीवन जगत आहेत (heredity criminals). पण हिंदू समाजाला याची कधी लाज (ashamed) वाटली नाही. ही इतकी विचित्र घटना आहे की माझ्या दृष्टीने दुसरे उदाहरण नाही. या लाजिरवाण्या परिस्थितीचे कारण काय ? या आदिवासींना सुसंस्कृत जीवनात आणण्यासाठी आणि अधिक सन्माननीय जीवन जगावे म्हणून प्रयत्न का केले गेले नाहीत ? या आदिवासींच्या अवस्थेला हिंदू त्यांच्या जन्मजात मूर्खपणाला (congenital stupidity) दोष देतील. आदिवासी हे आदिम (रानटी) राहिले हे हिंदू मान्य करणार नाहीत कारण त्यांना सुसंस्कृत बनवण्यासाठी, आरोग्य सेवा देण्यासाठी, त्यांना सुधारण्यासाठी आणि त्यांना सुसंस्कृत नागरिक बनवण्यासाठी कोणतेही प्रयत्न केले गेले नाहीत. ख्रिश्चन मिशनरी जे करत आहेत ते हिंदू या आदिवासींसाठी करू शकले नसते का ? मी 'नाही' म्हणेन.

आदिवासींना सुसंस्कृत करणे म्हणजे त्यांना जवळ घेणे, त्यांच्यात राहणे, बंधुभावाची भावना निर्माण करणे. थोडक्यात सांगायचे झाले तर त्यांच्यावर प्रेम करणे ? पण हे सर्व हिंदूंना कसे शक्य होईल ? त्यांचे संपूर्ण आयुष्य जात वाचवण्यातच वाया जाते. जात ही त्याची मौल्यवान संपत्ती (precious possession) आहे जिचे रक्षण तो कोणत्याही किंमतीत करेल. त्याला अजिबात सहन होणार की ज्या संपत्तीला त्या आदिवासींनी, ज्यांना वैदिक काळापासून द्वेषपूर्ण अनार्यांपैकी (hateful anary) उर्वरीत लोक समजले जाते, त्यांच्यासोबत संबंध टिकवून ठेवण्यात वाया घालवावे. असे नाही की एखाद्या हिंदूला पीडित मानवतेच्या उत्थान करण्याची जाणीव करू दिल्या जाऊ शकत नाही. खेदाची गोष्ट ही आहे की त्याला त्याच्या कर्तव्याची कितीही जाणीव करून दिली तरी तो आपल्या जातीची सुरक्षा राखण्याचे कर्तव्य नियंत्रित करण्यास सक्षम होऊ शकत नाही. त्याच्यासाठी त्याची जातच सर्वस्व आहे. त्यामुळे जात हेच कारण आहे ज्यामुळे आदिवासी हिंदू संस्कृतीत या आदिम रानटी (savage) स्थितीत जगत आहेत आणि हिंदूंना त्याबद्दल लाज किंवा पश्चात्ताप नाही. हे आदिवासी त्यांच्यासाठी संभाव्य धोका (potential danger) बनू शकतात हे सत्य हिंदूंनाही माहीत नव्हते. जर हे आदिवासी रानटीच राहिले तर ते हिंदूंना कोणताही धोका किंवा हानी पोहोचवू शकत नाहीत, परंतु गैर-हिंदूंनी त्यांना सुधारले आणि त्यांना आपल्या धर्मात किंवा पंथात समाविष्ट केले तर ते त्यांच्या शत्रूंची संख्या कमी होईल आणि त्यांची शक्ती वाढेल. असे झाले नाही तर हिंदूंकडे स्वतःला आणि जातीव्यवस्थेला शाप देण्याशिवाय काही उरणार नाही.

९.

जात हे सामाजिक द्वेषाचे मूळ आहे

हिंदूंनी आदिवासी रानटी (savages) लोकांना सुसंस्कृत करण्याचे मानवतावादी कार्य तर केले नाहीच पण हिंदू धर्माच्या कक्षातील खालच्या जातींना उच्च जातींच्या सांस्कृतिक स्तरावर पोहचण्यासासून जाणीवपूर्वक रोखले. मी याची दोन उदाहरणे देतो, एक सोनार आणि दुसरे पाठारे प्रभू जातीचे. दोन्ही महाराष्ट्रातील सुप्रसिद्ध जाती आहेत. समाजात आपला दर्जा उंचावण्याच्या सर्व जाती समुदायांच्या आकांक्षा आणि इच्छेप्रमाणे या दोन समाजांनी एकेकाळी ब्राह्मणांचे गुण (ways and habits) आणि सवयी स्वीकारण्याचा प्रयत्न केला. सुवर्णकार स्वतःला 'देवज्ञ ब्राह्मण' म्हणवून घेऊ लागले आणि त्याच पद्धतीने वागू लागले. ब्राह्मणांच्या शैलीला अनुसरून त्यांनी दुहेरी पट असलेले लांब धोतर नेसण्यास सुरुवात केली आणि शुभेच्छा देताना 'नमस्कार' हा शब्द वापरण्यास सुरुवात केली. या दोन्ही ब्राह्मणांच्या विशेष प्रथा आणि अधिकार होत्या. अशाप्रकारे धोतर बांधणे आणि नमस्कार करून नमस्कार करणे ब्राह्मणांना पसंत नव्हते आणि त्यांना पेशवे राजाकडून सोनारांना ब्राह्मण शैली आणि विशेष अधिकार स्वीकारण्यापासून रोखण्याचा आदेश मिळाला. याशिवाय, ब्रिटीश ईस्ट इंडिया कंपनीच्या अखत्यारीत असलेल्या मुंबईत राहणाऱ्या सोनारांवर कंपनीच्या कौन्सिल प्रेसिडेंटकडून त्यांना मनाईचा आदेशही मिळाला.

ही अवस्था पठारे प्रभू जातीतील लोकांची आहे. त्या काळी त्यांच्यामध्ये विधवा पुनर्विवाहाची प्रथा (widow remarriage) प्रचलित होती परंतु ब्राह्मणांमध्ये विधवांच्या पुनर्विवाहाची प्रथा नव्हती. त्यामुळे पठारांच्या एका वर्गाने आपल्या समाजाचा दर्जा उंचावण्याच्या दृष्टीने त्यांच्यामध्ये प्रचलित असलेली विधवा पुनर्विवाहाची चांगली प्रथाही सोडून दिली. या मुद्यावरून जातीतील लोक दोन गटात विभागले गेले. काही लोक विधवा पुनर्विवाहाच्या बाजूने तर काही त्याविरोधात होते. या काळात, पेशवे

राजांनी त्यांच्या जुन्या परंपरेला म्हणजेच विधवा पुनर्विवाहाच्या समर्थकांना पाठिंबा दिला आणि अशा प्रकारे पठारेवरील अधिपतींना ब्राह्मणांच्या चालीरीती स्वीकारण्यापासून आणि त्यांच्या सामाजिक स्थितीच्या वरती जाण्यापासून रोखले.

तलवारीच्या जोरावर मुस्लिम धर्माचा प्रसार केला असल्याचा आरोप हिंदू करतात. ते ख्रिश्चन धर्माचाही त्यांच्या प्राचीन धार्मिक न्यायालयांच्या (inquisition) आकड्यांची गंमत करतात.

पण प्रत्यक्षात कोण बरोबर आहे ? खरे तर मुस्लिम आणि ख्रिश्चन हे आपल्यापेक्षा अधिक आदरास पात्र आहेत कारण त्यांनी असहमत लोकांना (हिंदूंना) त्या लोकांच्या उद्धारासाठी आवश्यक असलेल्या गोष्टी स्वीकारण्यास भाग पाडले, ज्यांना ते (मुसलमान व ख्रिश्चनांची) मुक्तीसाठी (salvation) आवश्यक समजल्या जात होते. किंवा असे हिंदू ज्यांना इतरांनी ज्ञानी करायचे नव्हते आणि त्यांना अंधारात ठेवण्याचा प्रयत्न करत राहिले. त्यांना त्यांची विद्वत्ता आणि सामाजिक परंपरा स्वीकारण्यास इच्छुक आणि तयार असलेल्या लोकांमध्ये सार्वजनिक करायच्या नव्हत्या. जर मुस्लिम क्रूर (cruel) असतील तर हिंदूंनी निष्ठूरपणा (mean) केला आहे, जो क्रूरतेपेक्षा निंदनीय (meaness) आहे आणि अधिक वाईट आहे, असे म्हणण्यास मला अजिबात संकोच वाटत नाही.

१०.

धर्माच्या प्रचारात अडथळा आणणाऱ्या जाती

हिंदू धर्म हा मिशनरी धर्म आहे की नाही हा नेहमीच वादाचा मुद्दा राहिला आहे. काही लोक याला मिशनरी धर्म म्हणतात तर काही लोक म्हणतात की हा धर्म इतिहासात कधीही मिशनरी नव्हता. या संदर्भात, हे मान्य करावे लागेल की हिंदू धर्म हा काही कालावधीपर्यंत निश्चितपणे एक मिशनरी धर्म राहिलेला असावा. कारण त्याशिवाय भारतासारख्या विशाल प्रदेशात त्याचा प्रसार होणे शक्य नव्हते. यासोबतच आजचा हिंदू धर्म हा मिशनरी धर्म नाही हेही मान्य करायला हवे. त्यामुळे हिंदू धर्म हा मिशनरी धर्म होता की नाही हा प्रश्न नाही, तर प्रश्न हा आहे की हिंदू धर्म मिशनरी धर्म का राहू शकला नाही ? माझे उत्तर असे आहे की हिंदूंमध्ये जातिव्यवस्था जन्माला आल्याने तिचे मिशनरी स्वरूप संपले. धर्म परिवर्तनात एखाद्या व्यक्तीची श्रद्धा आणि धार्मिक भावना एखाद्याच्या मनात बिंबवणे ही केवळ समस्या नाही. धर्म बदललेल्या व्यक्तीला त्या समाजाच्या सामाजिक जीवनात स्वतःसाठी स्थान मिळवणे ही अधिक कठीण समस्या आहे. अडचण अशी आहे की नवीन धर्म स्वीकारणाऱ्या व्यक्तीला कोणत्या जातीत स्थान द्यायचे ? ही एक अशी समस्या आहे जी प्रत्येक हिंदूला नक्कीच त्रास देईल ज्याला दुसऱ्या धर्मातील व्यक्तीला त्याच्या धर्मात आणायचे आहे. एखाद्या जातीचा सदस्य बनणे हे क्लबचे सदस्य होण्याइतके सोपे नाही. प्रत्येकाला क्लबचे सदस्यत्व मिळू शकते परंतु जातीचे सदस्यत्व फक्त त्या जातीत जन्मलेल्या लोकांपुरते मर्यादित असते. जाती स्वतंत्र, स्वायत्त आहेत (autonomous) आणि कोणतीही शक्ती कोणत्याही नवीन व्यक्तीला कोणत्याही जातीमध्ये समाविष्ट करण्यास भाग पाडू शकत नाही. हिंदू धर्म हा अनेक जातींचा समूह आहे आणि प्रत्येक जात हा बंदिस्त समूह आहे, त्यामुळे धर्म बदलून बाहेरून आलेल्यांना हिंदू समाजात स्थान नाही. अशा प्रकारे, जात हेच कारण आहे ज्याने हिंदूंना हिंदू धर्माचा प्रसार करण्यापासून आणि इतर धार्मिक समुदायांसहित रोखले आहे. त्यामुळे जोपर्यंत जातिव्यवस्था अस्तित्वात आहे तोपर्यंत हिंदू धर्म हा मिशनरी धर्म होऊ शकत नाही आणि त्याच्या शुद्धीकरणाचा विचार करणे केवळ मूर्खपणाचेच (folly)नाही तर व्यर्थही (fality) ठरेल.

११.

जातीव्यवस्था हे सामाजिक विघटन आणि भेकडपणाचे प्रमुख कारण आहे.

ज्या कारणांमुळे हिंदूंमध्ये शुद्धीकरणाची चळवळ शक्य नाही, तीच कारणे हिंदूंमध्ये संघटनाची (timidity and cowardness) भावना निर्माण न होण्यास कारणीभूत आहेत. हिंदूंच्या मनातून ती भीती किंवा भ्याडपणा काढून टाकणे हा संघटनेचा मूळ हेतू आहे, ज्यामुळे हिंदूंना शीख आणि मुस्लिमांपासून फार वाईट रीतीने वेगळे केले जाते आणि त्यामुळे हिंदूंना स्वतःचे संरक्षण करण्यासाठी शौर्य पत्करावे लागत नाही. विश्वासघात आणि धूर्तपणा (treachery and cunning) सारखी वाईट कृत्ये करण्यास विवश केल्या गेले. साहजिकच प्रश्न पडतो की शीख किंवा मुस्लिमांमध्ये ती शक्ती आणि क्षमता कुठून येते जी त्यांना शूर आणि निर्भय (brave and fearless) बनवते ? उत्तम शारीरिक ताकद, पौष्टिक आहार किंवा व्यायामामुळे असे होत नाही असे माझे मत आहे. ते सामर्थ्य या भावनेमुळे आहे की एखाद्या शीखाला धोका असल्यास सर्व शीख त्याच्या मदतीला येतील आणि एखाद्या मुस्लिमावर हल्ला झाला तर सर्व मुस्लिम त्याच्या रक्षणासाठी धावून येतील. पण हिंदूमध्ये ही भावना नाही. संकटसमयी इतर कोणी हिंदू मदतीसाठी पुढे येईल यावर हिंदूंचा विश्वास नाही. नेहमी एकटेपणा जाणवण्याच्या त्याच्या नशिबामुळे तो शक्तीहीन (powerless) राहतो. परिणामी, असुरक्षितता, भित्रेपणा (timidity) आणि भ्याडपणाने (cowardice) त्रस्त असलेला हिंदू एकतर मैदानातून पळून जातो किंवा शरण (surender) जातो, तर संकटावेळी शीख किंवा मुस्लिम निर्भयपणे मुकाबला करतो, कारण त्याला माहित आहे की तो एकटा असला तरी तो मैदानात एकटा असणार नाही. आपण शीख किंवा मुस्लीम आहोत या आत्मविश्वासाच्या जोरावर तो मैदानात स्पर्धा करण्यासाठी खंबीरपणे उभा राहतो. हिंदूला असे वाटत नसल्याने त्याला पळून जावे लागते किंवा पराभूत व्हावे लागते.

या मुद्याचा विचार करताना प्रश्न पडतो की असे काय आहे ज्यामुळे शीख किंवा मुस्लिम इतके आश्वस्त (assured) होतात आणि लढण्याचे धैर्य मिळवतात. तर हिंदूंमध्ये एकमेकांना मदत करण्याची भावना नसल्यामुळे भीती आणि निराशेने (dispair) घेरलेला असतो. या फरकाचे कारण त्यांच्या संघटित जीवनशैलीत आहे हे तुम्हाला कळेल. शीख आणि मुस्लिमांच्या संघटित जीवनशैलीमुळे त्यांच्यात बंधुत्वाची भावना (fellow feeling) निर्माण होते, तर हिंदूंमध्ये असे नाही. शीख आणि मुस्लिमांमध्ये समान सामाजिक शक्ती आहे ज्यामुळे ते एकत्र येतात. हिंदूंमध्ये कोणताही जोडणारा घटक नाही. एक हिंदू दुसऱ्या हिंदूला भाऊ मानत नाही. यावरून स्पष्ट होते की का एक शीख किंवा खालसा असे म्हणतो की ते दीड लोकांच्या बरोबरीचे आहेत. यावरून दिसते की का एक मुस्लिम हिंदू गर्दीत त्यांच्या बरोबरीचा का असतो. हा मोठा फरक केवळ जातीमुळे आहे यात शंका नाही, म्हणून जोपर्यंत जात आहे तोपर्यंत हिंदूंमध्ये संघटन आणि एकता निर्माण होऊ शकत नाही आणि जोपर्यंत संघटन होत नाही तोपर्यंत हिंदू दुबळे, (weak and meek) नम्र आणि भित्रे राहतील.

हिंदू वारंवार दावा करतात की ते खूप सहिष्णू लोक आहेत. मला वाटते की त्यांचा मोठाच भ्रम झालेला आहे. बहुतेक प्रसंगी हिंदू सहिष्णू नसतात आणि काही प्रसंगी ते सहिष्णू असतात, कारण ते इतके दुर्बल आहेत की ते विरोध करू शकत नाहीत किंवा विरोध करू शकत नाहीत किंवा त्यांचा विरोध करण्याशी काहीही देणे घेणे नसते. ते पूर्णपणे उदासीन असतात. ही दुर्बलता आणि उदासीनता (indifference) हिंदूंच्या जीवनाचा एवढा मोठा भाग बनला आहे की हिंदू अपमान आणि अन्याय शांतपणे सहन करतात. मॉरिसच्या शब्दात सांगायचे तर हिंदू समाजात, "जेथे मोठे लोक लहानांना चिरडतात, जिथे दुर्बलांना मारतात, जिथे निर्दयी (cruel) लोक बिनधास्त वावरतात, तिथे दयाळू (kind) हिंमत नसल्यामुळे शांत असतात आणि बुद्धिजीवी वर्ग बेजबादार (caring not) असतात." हिंदू देव सुद्धा सहनशील आणि सहनशील आहेत. या सहिष्णु हिंदू देवतांमुळे हिंदू समाजातील दलित आणि पीडितांच्या दयनीय स्थितीची कल्पना करणे कठीण नाही. उदासीनता कोणत्याही समाजाला आजारी बनवू शकते. हा सर्वात धोकादायक रोग आहे. शेवटी हिंदू इतके उदासीन का आहेत ? माझ्या मते, ही उदासीनता जातीव्यवस्थेचा परिणाम आहे ज्यामुळे परस्पर बंधुभाव तसेच चांगल्या उद्देशासाठी सहकार्य देखील मिळत नाही.

१२.

बहिष्कारः एक कठोर शिक्षा

जेव्हा एखादी व्यक्ती स्वतंत्र विचारानुसार समाजाच्या नियमांपेक्षा भिन्न असलेल्या, समूहाचे नेतृत्व, अधिकार आणि हितसंबंधांच्या विरोधात आपले स्वातंत्र्य आणि हितसंबंध (opinions and beliefs) ठामपणे मांडतो, तेव्हा सुधारणा होण्याची शक्यता असते परंतु या सुधारणा (reforms) होतील किंवा नाही, हे यावर अवलंबून आहे की समूह अशाप्रकारचा प्रयत्न करायला किती तयार आहे. अशा लोकांबद्दलचा समूहाचा दृष्टीकोन जर निष्पक्ष, संतुलित (fair minded) आणि सहिष्णू (tolerant) असेल तर सुधारणेचे प्रयत्न चालू राहतील आणि शेवटी हे लोक आपल्या सहकाऱ्यांच्या विचारांमध्ये बदल घडवून आणण्यात यशस्वी होतील. याउलट समाजात सहिष्णुतेची भावना नसेल आणि अशा लोकांशी व्यवहार करून सुधारणाचा आवाज दाबण्यासाठी वापरले जाणारे डावपेच त्याला समजले नाहीत, तर काही काळानंतर सुधारणा करायला निघालेले लोक काम करणे बंद करतील, सुधारणा कुचकामी होतील आणि शेवटी प्रयत्न थांबतील.

आता कोणत्याही व्यक्तीला त्याच्या जातीचे नियम मोडणाऱ्या व्यक्तीला बहिष्कृत करण्याचा अधिकार आहे. बहिष्कार म्हणजे सामाजिक संवाद (excommunication) आणि वर्तनावर पूर्ण बंदी आहे हे समजल्यावर समाजातून हकालपट्टी आणि मृत्युदंड यात काही फारसा फरक नाही असा स्पष्ट करार होईल. जातीचे अडथळे (barries of caste) ओलांडून सुधारणेसाठी दबाव टाकण्याचे धाडस हिंदू समाजातील लोकांमध्ये नाही, यात काही नवल नाही. एखादी व्यक्ती आपल्या समाजाची प्रत्येकवेळा परवानगी घेऊ शकत नाही, तसेच तो समाजाशिवाय जगू पण शकत नाही. तो त्याच्या स्वतःच्या अटींवर त्याच्या साथीदारांना सोबत ठेवील, परंतु त्याच्या अटी पूर्ण करण्यात यशस्वी झाला नाही, तर कोणत्याही सामूहिक अटीवर सामूहिक सोबत मिळावी म्हणून तयार

होतो आणि अशा प्रकारे तो पूर्णपणे शरण जातो, कारण तो समाजाशिवाय जगू शकत नाही. कोणत्याही व्यक्तीच्या दयनीय आणि असहाय स्थितीचा फायदा घेण्यासाठी एक जातीचा समूह नेहमीच तयार असतो आणि आपल्या साठी त्या व्यक्तिला विवश करतो. एक जात एखाद्या सुधारकाचे जीवन नरक बनवण्यासाठी संघटीत कटकारस्थान करू शकते. जर कोणताही कट रचणे हा गुन्हा असेल, तर मला समजत नाही की, एखाद्या जातसमूहाच्या नियमांविरुद्ध एखाद्या विचारवंताने धाडसी पाऊल उचलले तर अशा व्यक्तीवर सामाजिक बहिष्कार टाकण्याचा भयंकर गुन्हा कायदेशीररित्या दंडनीय गुन्हा का घोषित केला जात नाही ? परंतु आजकाल कायद्याने प्रत्येक जातीला त्याच्या जातीतील लोकांसाठी शिक्षेची तरतूद करण्याचे आणि जातीचे नियम न पाळणाऱ्यांना समाजातून बाहेर काढण्याचे स्वातंत्र्यही दिले आहे. सर्व सामाजिक सुधारणांना विरोध करण्यासाठी आणि त्या नष्ट करण्यासाठी परंपरावाद्यांच्या हातात जात हे एक मजबूत शस्त्र आहे.

१३.

जातीव्यवस्थेने आचरण नष्ट केले

जातिव्यवस्थेमुळे हिंदूंच्या वागण्यावर आणि नैतिकतेवरही वाईट परिणाम झाला आहे. जातिव्यवस्थेने लोककल्याणाची आणि सामाजिक उदारतेची भावनाही (public spirit and charity) नष्ट केली आहे. स्वतःच्या जातीबद्दल प्रेम आणि इतर जातींबद्दलचा द्वेष यामुळे समाजात कोणत्याही मुद्यावर एकमत होऊ शकत नाही. हिंदूसाठी त्याची जात हाच त्याचा समाज आहे, त्याच्या जातीचे लोक हेच त्याचे लोक असतात. त्यांचे समर्पण, निष्ठा आणि सामाजिक जबाबदारीची भावना केवळ त्यांच्या जातीपुरती मर्यादित आहे.जातिभेदामुळे चांगले गुण (virtue) आणि नैतिकता (morality) देखील जातीच्या मर्यादेतच मर्यादित राहिले आहेत. अशाप्रकारे, एखादी व्यक्ती विद्वान, कर्तबगार आणि थोर असली तरी ती आपल्या जातीची नसेल तर तिच्यासाठी आदर, सन्मान, त्याच्या उत्तम गुणांची कदर, सहानुभूती आणि गरजूंप्रती औदार्य व सहकार्याची भावना या गोष्टी नसतातच. जातीबाह्य पीडित व्यक्तीचा आक्रोश कोणी ऐकत नाही. जर करूणा, दयाळूपणा आणि सहानुभूतीच्या (charity) भावना निर्माण झालीच तर ती स्वतःच्या जातीपासाठी सुरू होतात आणि जातीसाठी संपतात. दुसऱ्या जातीतील व्यक्तीबद्दल सहानुभूतीला (sympathy) स्थान नसते. तो त्याचा हक्कदार मानला जात नाही.

एक हिंदू महान सज्जन आणि थोर व्यक्तीचे नेतृत्व स्वीकारेल का ? याचे उत्तर असे असेल की एखादा संत किंवा महात्मा अपवाद म्हणून सोडला तर हिंदू त्याच्या जातीतील नसलेल्या व्यक्तीचे नेतृत्व कधीही स्वीकारणार नाही. ब्राह्मण फक्त ब्राह्मण नेत्याचे नेतृत्व स्वीकारेल आणि कायस्थ फक्त कायस्थ नेत्याचे नेतृत्व स्वीकारेल आणि त्याच्या सूचनांचे पालन करेल. अशा प्रकारे, स्वतःच्या जातीव्यतिरिक्त इतर जातीतील व्यक्तीच्या सर्वोत्तम गुणांची प्रशंसा करणे, त्याच्या चांगुलपणाची प्रशंसा करणे आणि

त्याचा आदर करणे हे हिंदूच्या स्वभावात नाही. केवळ त्याच्याच जातीतील व्यक्तीच्या गुणवत्तेची (merits) स्तुती कशी करायची हे हिंदू जाणतो. हिंदूंचे संपूर्ण वर्तन आणि आचरण जंगली, असंस्कृत जमातींच्या आदिवासी (tribal morality) नैतिकतेप्रमाणे संकुचित, भ्रष्ट आणि वाईट आहे. तो म्हणतो ती व्यक्ती बरोबर असो वा चूक, चांगली असो वा वाईट, पण तो माझ्या जातीचा (its my caste-man) आहे. हिंदू चांगल्याची बाजू घेण्याच्या आणि दुर्गुणांचा तिरस्कार करण्याच्या भानगडीत पडत नाहीत, त्याऐवजी जातीची बाजू घेणे त्यांना अधिक महत्त्वाचे वाटते. एखाद्या लोकशाही राष्ट्राचे नागरीक असताना देखील हिंदूंचा जातीबद्दलचा संकुचित तीव्र भाव देशासाठी गद्दारी नाही समजली जाणार ?

१४.

माझ्या कल्पनेतील आदर्श समाज कसा असेल ?

तुमच्यापैकी काही गृहस्थ समाजातील जातिव्यवस्थेच्या वाईट परिणामांबद्दल दुःखदायक कथा (sad effects) ऐकून कंटाळले असतील तर मला आश्चर्य वाटणार नाही. ही काही नवीन गोष्ट नाही. तर आता मी या समस्येच्या सर्जनशील बाजूकडे येतो. जातीव्यवस्थेवरील माझी टीका ऐकल्यानंतर तुम्ही मला हा प्रश्न विचारू इच्छितो की, जर मी जातींच्या विरोधात असेल तर माझ्या दृष्टीने आदर्श समाज कोणता ? माझा आदर्श समाज असा समाज असेल ज्याचा पाया स्वातंत्र्य, समता आणि बंधुत्वावर आधारित असेल (liberty, equality and fraternity) आणि हे का होऊ शकत नाही? बंधुत्वावर कोणाचा काय आक्षेप असू शकतो ? माझ्या मते आक्षेप असू शकत नाही. याशिवाय इतर कोणत्याही समाजाची मी कल्पना करू शकत नाही. आदर्श समाज प्रगतशील असावा. ते असे मार्ग, पद्धती आणि साधने यांनी युक्त (full of channels) असावे म्हणजे एका भागात होणारे परिवर्तन दुसऱ्या भागात पोहचवल्या जाऊ शकतील. आदर्श समाजामध्ये जाणीवपूर्वक देवाणघेवाण झालेल्या आणि ज्यामध्ये प्रत्येकजण सहभागी होतो अशा चांगल्या गोष्टींसाठी अनेक परस्पर हितसंबंध (interests) असले पाहिजेत. अनेक प्रकारच्या आवडी असायला हव्यात ज्या सहजपणे ऐकमेकांपर्यंत पोहचवल्या जातील आणि त्यांच्यासोबत संवाद साधता येईल. समाजातील इतर संस्थांच्या चालीरीती, विचार आणि व्यक्ती यांच्याशी सतत संपर्क आणि संवाद असावा. विनाअडथळा संवाद झाला पाहिजे. दुसऱ्या शब्दांत सांगायचे झाले तर तिथे एक प्रकारचा (social endosmosis) सामाजिक वातावरण असावे. हे बंधुत्व हेच लोकशाहीचे (democracy) एकमेव दुसरे नाव असू शकते. लोकशाही हा केवळ शासनाचा एक प्रकार नाही, तर ते जीवन जगण्याचा आणि संयुक्तपणे संवादाचा अनुभव मिळवण्याचा मूलभूतपणे संघटित आणि सामूहिक मार्ग आहे. लोकशाहीचे

सार म्हणजे तेथील लोकांचा आदर (respect and reverence) करण्याची पद्धत.

स्वातंत्र्याबद्दल कोणाचा काही आक्षेप असू शकतो का ? काही लोक समाजात मुक्तपणे वावरण्याच्या अधिकाराला विरोध करतात, म्हणजे जगण्याच्या आणि मुक्त वावरण्याच्या अधिकाराला विरोध करतात. याचा अर्थ असा होतो की जिवंत रहाणे व काम करण्याच्या (right to life and limb) अधिकाराला विरोध करणे आहे. स्वातंत्र्य म्हणजे कुटुंबाच्या उदरनिर्वाहासाठी मालमत्तेचा हक्क आणि उदरनिर्वाहासाठी, शरीर सुदृढ ठेवण्यासाठी आवश्यक गोष्टी बाळगण्याचा अधिकार असवा, इथे स्वातंत्र्याला कसला विरोध नाही, तर एखाद्याच्या क्षमतेचा प्रभावी आणि योग्य वापर करून त्याचा फायदा घेण्याचे स्वातंत्र्य का दिले जात नाही ? जे जातिव्यवस्थेच्या बाजूने आहेत आणि जीवनाचा, शरीराचा आणि मालमत्तेच्या अधिकाराला स्वातंत्र्य मानतात, ते या स्वरूपाचे स्वातंत्र्य स्वीकारणार नाहीत कारण ते एखाद्या व्यक्तीला त्याच्या उपजीविकेसाठी त्याच्या आवडीचा कोणताही व्यवसाय निवडण्याचे स्वातंत्र्य असते. परंतु या प्रकारच्या स्वातंत्र्यावर आक्षेप घेणे आणि विरोध करणे म्हणजे गुलामगिरी (slavery) कायम ठेवण्याचा प्रकार आहे. गुलामगिरीचा अर्थ असा नाही की एखाद्याला कायदेशीररित्या आपल्या अधीन करणे. याचा अर्थ समाजातील अशी परिस्थिती आहे ज्यामध्ये काही लोकांना गुलाम केले जाते, तर अशा गोष्टी ज्या त्यांना मान्य नाहीत पण त्यांना करायला भाग पाडले जाते ज्यामुळे त्यांच्या प्रगतीमध्ये अडथळा निर्माण होतो. ही परिस्थिती तिथे पण असते जिथे काही लोकांनी तुच्छ कामे करायला आधीपासूनच विवश केले आहे. जे त्यांनी स्वेच्छेने स्वीकारलेले नाही.

समाजातील समानतेवर कोणाचा काही आक्षेप असू शकतो का ? खरं तर, हा फ्रेंच राज्यक्रांतीचा सर्वात जोरदार विरोधी नारा होता आणि चर्चेचा विषय होता. समानतेच्या विरोधातील दाव्यात योग्यता असू शकते आणि सर्व लोक समान असू शकत नाहीत हे लोकांना मान्य करावे लागेल पण यात काय अर्थ आहे ? समानतेची कल्पना काल्पनिक (fiction) असू शकते परंतु तरीही ही कल्पना राज्यकारभारासाठी (governing principle) एक नियम म्हणून स्वीकारली पाहिजे. कोणत्याही व्यक्तीची शक्ती तीन गोष्टींवर अवलंबून असते. प्रथम, शारीरिक (physical heredity) अनुवंशिकता. दुसरे म्हणजे, सामाजिक वारसा (physical heredity) किंवा समाजाने दिलेली भक्कम मालमत्ता म्हणजे आई-वडिलांनी केलेले पालनपोषण, शिक्षण, वैज्ञानिक ज्ञान संपादन आणि इतर कोणतीही गोष्ट जी माणसाला अज्ञानी व्यक्तीपेक्षा अधिक सक्षम बनवते आणि तिसरे म्हणजे स्वतःचे (his own efforts) प्रयत्न. या तिन्ही गोष्टींमध्ये माणसे

समान नाहीत यात शंका नाही, पण यामुळे विषतापुर्वक व्यवहार करावा की ते आपल्या बरोबरीचे नाहीत ? या प्रश्नाचे उत्तर समतेच्या विरोधकांना द्यावे लागेल. हा एक असा प्रश्न आहे ज्याचे उत्तर विषमतेच्या विरोधकांना द्यावे लागतील. एक व्यक्ती म्हणून, जर एखाद्याचे प्रयत्न समान नसतील तर त्याला असमान वागणूक दिली जाऊ शकते. प्रत्येक व्यक्तीला त्याची शक्ती आणि क्षमता पूर्णपणे विकसित करण्यासाठी पूर्ण समर्थन आणि संधी दिली पाहिजे. पण जर पहिल्या दोन कारणांसाठी एखाद्या व्यक्तीला असमान मानले जाते आणि असमान वागणूक दिली तर त्याचा परिणाम काय होईल ? हे अगदी स्पष्ट आहे की अशा परिस्थितीत, पुढे जाण्याच्या शर्यतीत फक्त तेच लोक निवडले जातील किंवा जिंकले जातील, ज्यांच्या नावे जन्म, शिक्षण, कौटुंबिक प्रतिष्ठा, व्यावसायिक संबंध आणि त्यांच्या पूर्वजांकडून वारसाहक्काने मिळालेली मालमत्ता असेल. परंतु अशा परिस्थितीत सक्षम (able) व्यक्तीची निवड होणार नाही तर विशेष अधिकार असणार आहेत. केवळ विशेषाधिकारप्राप्त व्यक्तीची निवड (priviledge) केली जाईल.

म्हणून, ज्या शक्ती तिसऱ्या श्रेणीतील लोकांसोबत असमानतेबद्दल बोलतात त्याच शक्ती आहेत ज्यांची मागणी आहे की पहिल्या दोन श्रेणीतील लोकांना शक्य तितक्या समानतेने वागवले जावे. उलट दुसरीकडे असा आग्रह केल्या जाऊ शकतो की सामाजिक संघटनेसाठी हे फायद्याचे ठरेल की त्याच्या अधिक सदस्यांचे सहकार्य मिळेल, तर हे तेव्हाच शक्य आहे, जेव्हा त्यांच्यासोबत स्पर्धेच्या सुरूवातीपासूनच समानतेचा व्यवहार करावा. म्हणजेच, समाजातील एखाद्या सदस्याला समान समजले तरच त्याच्याकडून सर्वोत्तम फायदा घेतला जाऊ शकतो. हे एक कारण आहे ज्यामुळे आपण समानतेचा अस्वीकार करू शकत नाही. परंतु दुसरे कारण हे पण आहे की आपण समानतेचा स्वीकार का केला पाहिजे.

सत्तेत असलेल्या व्यक्तीला किंवा राजकारणी व्यक्तीला दररोज अनेक लोकांना भेटावे लागते, प्रत्येक व्यक्तीला स्वतंत्रपणे ओळखण्यासाठी आणि त्यानुसार वागण्यासाठी, म्हणजेच प्रत्येक व्यक्तीची गरज, हेतू समजून घेण्यासाठी किंवा त्याच्या क्षमतेनुसार त्याच्याशी वागण्यासाठी त्याच्याकडे वेळ किंवा माहिती नसते. कोणासोबत कितीही न्यायपूर्ण, निष्पक्ष व सदव्यवहार केला तरी इतकी विशाल लोकसंख्या अर्थात मानवतेला वेगवेगळ्या वर्गात विभागणी करणे शक्य नाही, म्हणून राज्यकर्त्याने सरळ साधे नियम स्वीकारले पाहिजे आणि तो हा की सर्वांसोबत समान व्यवहार व्हावा. केवळ यामुळे नाही की क्षमता एखाद्याशी कितीही न्याय्य आणि चांगली वागणूक असली, तरी

एवढ्या मोठ्या लोकसंख्येचे म्हणजेच मानवतेचे विविध वर्गांमध्ये (classification) वर्गीकरण करणे शक्य नाही, म्हणून राज्यकर्त्याने एक साधा नियम स्वीकारला पाहिजे आणि तो म्हणजे प्रत्येकाला समान वागणूक दिली पाहिजे. केवळ ते सर्व समान आहेत म्हणून नाही तर वर्गीकरण किंवा श्रेणीच्या आधारावर त्यांची विभागणी करणे शक्य नाही समानतेचा सिद्धांत स्पष्टपणे एक भ्रम (fallacious) आहे परंतु हे सगळं होत असतानाही हा एक मार्ग आहे ज्यामुळे एखादा राजकारणी राजकारणात पुढे जाऊ शकतो कारण राजकारण पूर्णपणे एक व्यवहारीक काम आहे ज्याच्या परिक्षणाचे निकष पूर्णपणे व्यवहारिक असतात.

१५.

आर्य समाजाची चातुर्वर्ण्य व्यवस्था

समाजसुधारकांची (reformers) एक संघटनाही आहे ज्यांचा आदर्श वेगळा आहे, या लोकांना आर्य समाजी म्हणतात. त्यांच्या मते समाजरचनेचा आदर्श म्हणजे चातुर्वर्ण्य होय. आत्तापर्यंतच्या भारतातील चार हजार जातींऐवजी त्यांनी त्यांची फक्त चार वर्गात विभागणी केली आहे. त्यांच्या सिद्धांताला अधिक आकर्षक बनवण्यासाठी आणि त्यांच्या विरोधी विचारसरणीला शून्य ठरविण्यासाठी, चातुर्वर्ण्याचे प्रचारक (protagonists) चातुर्वर्ण्य पद्धती जन्मावर आधारित नसून गुणवत्तेवर (worth) आधारित आहे हे मोठ्या हुशारीने सांगतात.

मी तुम्हाला आधीच सांगू इच्छितो की चातुर्वर्ण्य व्यवस्था जरी गुणावर आधारित असली तरी हा आदर्श मला पटत नाही. पहिली गोष्ट म्हणजे चातुर्वर्ण्य व्यवस्थेत जर प्रत्येक व्यक्तीला त्याच्या योग्यतेच्या म्हणजेच गुणांच्या आधारे हिंदू समाजात स्थान मिळाले तर आर्यसमाजी लोक त्यांना ब्राह्मण, क्षत्रिय, वैश्य आणि शूद्र असा ठसा का मारतात ? कोणत्याही विद्वान व्यक्तीला ब्राह्मण असे लेबल न लावताही आदर दिला जाईल. सैनिक असेल तर त्याला क्षत्रिय न म्हणताही मान मिळेल. प्रश्न असा आहे की जर युरोपीय समाज आपल्या सैनिकांचा, नोकरांना आणि कामगारांना कायमस्वरूपी नाव न देता त्यांचा सन्मान करू शकतो, तर हिंदू समाजाला असे करण्यात काय अडचण आहे ? पण आर्यसमाजाला यावर विचार करावा असे वाटत नाही. ही लेबले सुरू ठेवण्याविरुद्ध आणखी एक आक्षेप आहे. समाजातील सर्व सुधारणा लोक आणि वस्तूंबद्दलच्या समाजाच्या धारणा, भावना आणि मानसिकतेत बदल झाल्यामुळे होतात. हे सामान्य आहे की विशिष्ट नावे विशिष्ट श्रद्धा आणि भावनांशी संबंधित आहेत जी एखाद्या व्यक्तीचा आदर, मानसिकता किंवा लोक आणि गोष्टींबद्दलचे वर्तन ठरवतात. ब्राह्मण, क्षत्रिय, वैश्य आणि शुद्र ही अशी नावे आहेत जी प्रत्येक हिंदूच्या मनात आणि

हृदयातील एका विशेष आणि कायमस्वरूपी संकल्पनेशी निगडीत आहेत आणि ती संकल्पना जन्मावर आधारित (hierarchy) पदानुक्रम प्रतिबिंबित करते. जोपर्यंत ही नावे राहतील तोपर्यंत हिंदू लोक ब्राह्मण, क्षत्रिय, वैश्य आणि शूद्र ही नावे जन्म आणि कृतीच्या आधारावर उच्च-नीच मानत राहतील आणि त्यानुसार जीवनात वागत राहतील. त्यांच्या मनात सदैव ही भावना राहिल की ब्राह्मण हा सर्वोच्च, क्षत्रिय त्याच्यापेक्षा नीच, वैश्य क्षत्रियापेक्षा नीच आणि शूद्र हा वैश्यापेक्षा खालचा दर्जाचा आहे. हे सर्व हिंदूंच्या मनातून विसरणे अत्यंत आवश्यक आहे, परंतु ही जुनी लेबले तशीच राहिली आणि हिंदूंच्या मनात जुन्याच धारणा आणि श्रद्धा कायम राहिल्या तर हे कसे शक्य होईल ? नवीन संकल्पना लोकांच्या मनात रुजवायच्या असतील तर त्यांना नवीन नावेही देणे आवश्यक आहे. जुनी नावे चालू ठेवणे म्हणजे सुधारणा व्यर्थ (futile) ठरविणे होय. चातुर्वर्ण्य व्यवस्था गुणांवर आधारित असल्याचे सांगून त्यावर ब्राह्मण, क्षत्रिय, वैश्य, शूद्र अशी दुर्गंधीयुक्त (stinking) नावे लावल्याने जन्मावर आधारित सामाजिक विभागणी स्पष्ट होते आणि अशी व्यवस्था म्हणजे पाखंडतेचा भ्रमजाल (snare) आहे.

१६.

चातुर्व-वर्णाची घृणास्पद आणि अव्यवहार्य व्यवस्था

जुनी लेबले असलेली ही चातुर्वर्ण्य व्यवस्था अतिशय (utterly repellent) तिरस्करणीय आहे, ती अतिशय घृणास्पद वाटते आणि माझ्या अस्तित्वातील प्रत्येक तंतू तिच्याविरुद्ध बंड करतो. पण माझा चातुर्वर्ण्य विरोध हा केवळ भावनांवर आधारित नाही. माझ्याकडे अधिक भक्कम कारणे आहेत ज्यावर माझा पूर्ण विश्वास आहे. या आदर्शाचे बारकाईने परीक्षण केल्यावर, समाजव्यवस्थेच्या दृष्टिकोनातून चातुर्वर्ण्य अंमलात आणण्यासारखे (impracticable) नाही, अशी माझी पूर्ण खात्री आहे. हानीकारक (harmful) आहे, ते एक दयनीय अपयश असल्याचे सिद्ध झाले आहे. व्यावहारिक दृष्टिकोनातूनही चातुर्वऱ्याने समाजात अशा अनेक अडचणी निर्माण केल्या आहेत ज्यांचा विचार त्यांच्या समर्थकांनीही (prostagonists) कधी केला नाही.

जातीचे नियम वर्णाच्या नियमांपेक्षा मूलभूतपणे वेगळे आहेत. हे नियम केवळ मूलभूतपणे भिन्न नाहीत तर एकमेकांशी मूलभूतपणे विरोधाभासी देखील आहेत. जातिव्यवस्था कथित मूल्यावर आधारित आहे तर वर्ण व्यवस्था तथाकथित क्षमतेवर (birth) आधारित आहे. लोकांनी त्यांच्या गुणवत्तेचे कोणतेही प्रमाणपत्र न देता केवळ जन्माच्या आधारावर उच्च पदे मिळविली आहेत. तुम्ही त्यांना हे उंच ठिकाण सोडायला कसे भाग पाडणार ? एखाद्या व्यक्तीला जन्माच्या आधारावर दिलेले खालचे स्थान हे एखाद्या व्यक्तीला त्याच्या गुणवत्तेनुसार दिलेले स्थान समजा, यासाठी तुम्ही लोकांना कसे भाग (compel) पाडाल ? त्याच्या गुणांच्या आधारे त्यांना दिलेले स्थान आणि आदर लोकांनी द्यावा म्हणून त्यांना कसे भाग पाडणार ? त्यासाठी आधी जातिव्यवस्था संपवावी लागेल, तरच वर्णव्यवस्था राबवता येईल. जन्मावर आधारित चार हजार जातींना क्षमता आणि गुणांच्या आधारे चार वर्णांमध्ये कसे बसवता येईल ? चातुर्वर्ण्यांचा पुरस्कार करणाऱ्यांना प्रथम या अडचणीला सामोरे जावे लागेल. चातुर्वर्ण्य व्यवस्था यशस्वी करायची असेल तर ही पहिली अडचण दूर करावी लागेल.

चातुर्वर्ण्य व्यवस्थेत असे मानले जाते की समाज चार भिन्न वर्गांमध्ये विभागला जाऊ शकतो, परंतु हे शक्य आहे का ? तत्त्वांच्या दृष्टिकोनातून, चातुर्वर्ण हे ग्रीक तत्त्ववेत्ता प्लेटोच्या वर्ग (class) सिद्धांताच्या सामाजिक व्यवस्थेशी बरेच साम्य आहे. प्लेटोच्या मते, निसर्गाने मानव तीन वर्गांमध्ये विभागलेला आहे. म्हणजे नैसर्गिकरित्या मानवाचे तीन प्रकार आहेत. त्यांचा असा विश्वास होता की काही लोकांमध्ये फक्त भूक आणि इच्छा महत्त्वाच्या असतात. प्लेटोने त्यांना कामगार वर्ग आणि व्यापारी वर्गातले ठरवले. दुसऱ्या प्रकारातील लोकांमध्ये पोट भरण्याच्या स्वभावाबरोबरच धाडसी कृत्य करण्याची इच्छाही दिसून येते. प्लेटोने अशा लोकांना देशाचे रक्षक (guardians) आणि देशाच्या अंतर्गत शांततेचे रक्षक या श्रेणीत ठेवले. इतर काही प्रकारचे लोक असतात ज्यांच्यात गोष्टींचे मूळ स्वरूप म्हणजेच सत्य समजून घेण्याची क्षमता असते, अशा लोकांना त्यांनी जनतेसाठी कायदे करणाऱ्यांच्या श्रेणीत टाकले. ज्या आधारावर प्लेटोच्या (republic) या पुस्तकावर या प्रकारची सामाजिक वर्गीकरणाची टीका केली जाते, त्याच आधारावर आर्य समाज चातुर्वर्ण्यांवरही टीका केली जाते कारण मानवी समाजाची चार स्पष्ट श्रेणींमध्ये विभागणी केली जाऊ शकते.

प्लेटोवर केलेली मुख्य टीका अशी होती की मनुष्य आणि त्याच्या क्षमतेबद्दलचे निकष खूप वरवरचे (superficial) होते आणि त्याने सर्व लोकांना निर्जीवाप्रमाणे तीन श्रेणींमध्ये लादण्याचा प्रयत्न केला आहे. प्लेटो कल्पना करू शकत नाही की प्रत्येक मानवाची वैशिष्ट्ये प्रत्येक मानवापेक्षा भिन्न आहेत, ते सर्व त्यांच्या क्षमतांमध्ये एकमेकांपासून भिन्न आहेत आणि प्रत्येकजण स्वतःसाठी एक वर्ग आहे. प्लेटोला हे माहित नव्हते की प्रत्येक व्यक्तीची स्वतःची वैशिष्ट्ये असतात, प्रत्येक व्यक्तीची इतरांशी तुलना असते आणि प्रत्येक व्यक्तीची स्वतःची श्रेणी असते. मनुष्य हा असंख्य भेदांचे भांडार (diversity) तसेच अनेक प्रवृत्तींचा (tendencies) संग्रह आहे हे प्लेटोला मान्य नाही. लोकांच्या मानसिक शक्तीला निश्चित क्षमता असते हा त्यांचा समजही बरोबर नव्हता. आधुनिक विज्ञानाने हे देखील सिद्ध केले आहे की लोकांना विशिष्ट वर्गांमध्ये विभागणे पूर्णपणे कृत्रिम आहे आणि एक कल्पना आहे जी विचार करण्यायोग्य नाही कारण लोकांच्या स्वभाव आणि गुणांमधील फरकामुळे, त्यांच्या वापराच्या दृष्टिकोनातून त्यांना वर्गांमध्ये विभागणे अतिशय निरुपयोगी आहे. त्यामुळे ज्या कारणाने प्लेटोची रिपब्लिक कल्पना अयशस्वी झाली. त्याच कारणाने चातुर्वर्ण्यही अपयशी ठरेल, कारण तथाकथित वर्गामुळे मानवाला वेगवेगळया वर्गात बांधून ठेवणे

शक्य नाही. हे खरे आहे की सुरुवातीच्या चार वर्गांच्या (classes) आता चार हजार जाती झाल्या आहेत आणि यावरून हे सिद्ध होते की लोकांचे चार निश्चित वर्गांमध्ये वर्गीकरण करणे शक्य नाही.

चातुर्वर्ण्य व्यवस्था प्रस्थापित होण्याच्या मार्गात तिसरी अडचण आहे, हे मान्य आहे, पण ती टिकवणे कसे शक्य होईल ? ती यशस्वीपणे चालवायची असेल तर नियमानुसार चातुर्वर्ण्य व्यवस्था पाळू शकेल अशी 'दंडपद्धती' (classes penal systm) राबवणे अत्यंत आवश्यक आहे. चातुर्वर्ण्य व्यवस्थेला आपापल्या वर्गाच्या सीमा तोडणाऱ्या लोकांच्या समस्येला नेहमीच सामोरे जावे लागेल. वर्गाच्या मर्यादा ओलांडण्याच्या चुकीसाठी शिक्षेची तरतूद नसेल, तर लोक आपापल्या वर्गाच्या मर्यादांना बांधील राहणार नाहीत. ही व्यवस्था मानवी स्वभावाच्या विरुद्ध असल्यामुळे ही संपूर्ण व्यवस्था कोलमडून पडेल आणि मूलभूत चांगुलपणा असूनही चातुर्वर्ण्य व्यवस्था टिकू शकणार नाही. कायद्यानेच याची अंमलबजावणी होऊ शकते. कायद्याच्या मदतीशिवाय चातुर्वर्ण्य व्यवस्थेचा आदर्श व्यावहारिक भूमीवर प्रत्यक्षात आणता येत नाही आणि रामायणातील रामाने शंबुकाचा वध केल्याने हे सिद्ध होते. म्हणजे आपल्या वर्गाच्या सीमा तोडणाऱ्याला शिक्षा करणे आवश्यक आहे. काही लोक यासाठी रामाला दोष (blame) देतात कारण त्याने शंबुकला विनाकारण (without reason) आणि चुकीच्या पद्धतीने (wantonly) मारले. पण शंबूक मारल्याबद्दल रामाला दोष देणे म्हणजे संपूर्ण प्रकरणाचा गैरसमज करणे आहे, हे गोंधळामुळेच घडले आहे. रामाचे राज्य चातुर्वर्ण्य व्यवस्थेवर आधारित होते आणि राजा असल्याने ही व्यवस्था लागू ठेवणे रामाला भाग होते. त्यामुळे शंबुकाला मारणे हे रामाचे कर्तव्य (duty) होते कारण जातीने शूद्र असलेल्या शंबुकला आपल्या जाताची मर्यादा तोडून ब्राह्मण व्हायचे होते. रामानेच शंबूकचा वध केला. परंतु यावरून हे सिद्ध होते की चातुर्वर्ण्य व्यवस्था टिकवून ठेवण्यासाठी कायद्याचे बळ (शिक्षा व्यवस्था) असणे आवश्यक आहे. त्यासाठी केवळ दंडप्रणालीच नव्हे तर फाशीच्या शिक्षेची तरतूदही आवश्यक आहे. या कारणास्तव रामाने शंबुकला मृत्युदंडापेक्षा कमी शिक्षा दिली नाही. वेदपठण करणाऱ्या शूद्राची जीभ कापून टाकणे आणि ऐकणाऱ्या शूद्राच्या कानात वितळलेल्या शिशाचे तप्त पाणि ओतावे, अशी कठोर शिक्षा देण्याचे आदेश 'मनुस्मृती'मध्ये यामागे आहे. चातुर्वर्ण्य व्यवस्थेचा पुरस्कार करणाऱ्या लोकांना हे पटवून द्यावे लागेल की ते समाजातील लोकांचे वर्गीकरण यशस्वीपणे करू शकतात आणि विसाव्या शतकातील या आधुनिक समाजात मनुस्मृतीची दंडव्यवस्था राबवण्यात ते यशस्वी होऊ शकतात.

चातुर्वर्ण्य व्यवस्थेचा पुरस्कार करणाऱ्यांनी या व्यवस्थेत स्त्रियांची स्थिती काय असेल याचा विचारही केला नाही. स्त्रींया देखील ब्राह्मण, क्षत्रिय, वैश्य आणि शूद्र अशा वर्गात विभागल्या जातील का ? की त्यांनाही सामाजिक स्थितीत त्यांच्या पतीच्या बरोबरीचे मानले जाईल ? आणि लग्नानंतर स्त्रीचा सामाजिक दर्जा बदलला, तर गुणाच्या (worth) आधारावर समाजातील व्यक्तीचे स्थान ठरवणाऱ्या चातुर्वर्ण्य पद्धतीचे काय होईल ? म्हणजेच एखाद्या व्यक्तीचा दर्जा त्याच्या गुणांवर आधारित असावा का ? त्यांच्या गुणांच्या आधारे त्यांचे वर्गीकरण केले तर ते वास्तव असेल की नाममात्र ? केवळ नाममात्र असेल तर ते निरुपयोगी आहे आणि मग चातुर्वर्ण्य व्यवस्थेची बाजू घेणाऱ्यांना त्यांची व्यवस्था स्त्रीयांना लागू होत नाही हे मान्य करावे लागेल. जर ते वर्गीकरण खरे असेल, तर चातुर्वर्ण्य समर्थक या व्यवस्थेला महिलांना लागू करण्याचे तर्कसंगत परिणाम मानण्यास व समजण्यास तयार असतील ? तेव्हा त्यांना स्त्रियांना (preists) पुरोहित आणि शिपाई (soldiers) म्हणून स्वीकारण्यास तयार राहावे लागेल. हिंदू समाजाने महिलांना शिक्षिका आणि वकील म्हणून स्वीकारले आहे आणि आता समाजाला त्याची सवय झाली आहे. कदाचित भविष्यात समाज महिलांना दारूविक्रेते (brewers) आणि कसाई (butchers) म्हणूनही स्वीकारेल. पण जो पुरुष स्त्रीला पुरोहित आणि सैनिक म्हणून स्वीकारेल त्याला धाडसी म्हणावे लागेल. परंतु चातुर्वर्ण्य व्यवस्था स्त्रियांना लागू करण्याचा हा तार्किक परिणाम असेल. एवढ्या अडचणी असूनही, जन्मजात मूर्ख (congenital idiot) व्यक्तीशिवाय कोणताही विचारी माणूस कधीही विश्वास ठेवू शकत नाही की चातुर्वर्ण्य प्रणालीचे पुनरुज्जीवन होऊ शकेल.

१७.

समाजाला पंगू आणि मृतासमान बनवणारी व्यवस्था

जरी चातुर्वर्ण्य प्रणाली व्यावहारिक आहे, म्हणजे ती प्रत्यक्षात आणल्या जाऊ शकते हे जरी मान्य केले, तरी मी ठामपणे म्हणेन की ती सर्वात दुष्ट प्रणाली (most vicious) आहे. ब्राह्मणांनी ज्ञानी असावे, क्षत्रियांनी शस्त्र धारण करावेत, वैश्यांनी व्यापार करावा आणि शूद्रांनी सर्वांची सेवा करावी. असे दिसते की ही श्रम विभागणीची (division of labour) व्यवस्था आहे. शूद्रांना इतर कोणतेही काम करू नये, या हेतूने अशा तरतुदी या व्यवस्थेत करण्यात आल्या आहेत का, की याशिवाय इतर कोणतेही काम शूद्रांना करू दिले जात नाही, हे दाखवण्याचा हा केवळ प्रयत्न आहे का, हा एक मनोरंजक प्रश्न आहे. चातुर्वर्ण्यांचे समर्थक पहिल्या मुद्यात याचा समावेश करतात, ते म्हणतात की जेव्हा वरील तीन वर्णातील लोक शूद्रांचे पालनपोषण करीत असतील, तर शूद्रांना संपत्ती कमावण्याची आणि साठवण्याची काय गरज आहे ? त्याचप्रमाणे वाचन-लेखनाचे काम जर ब्राह्मण करू शकत असतील तर शूद्राला शिक्षण घेण्याची काय गरज आहे. याशिवाय रक्षणासाठी क्षत्रिय असतील तर शूद्रांना शस्त्रे बाळगण्याची काय गरज आहे ? चातुर्वर्णाची अशी व्याख्या किंवा अर्थाच्या सिद्धांताच्या आधारे असे म्हणता येईल की शूद्र हा एक सुरक्षित वर्ग (ward) आहे ज्याला तीन वर्णांचे संरक्षण (guardians) आहे.

या अर्थाने, चातुर्वर्ण्य प्रणाली ही एक साधी, उन्नत आणि सुरक्षेच्या हेतूने परिपूर्ण अशी (simple, elevating and alluring) आहे. चातुर्वर्ण्य व्यवस्थेच्या सिद्धांतामागे ही योग्य धारणा आहे असे गृहीत धरले तरी ही व्यवस्था वाईट हेतू आणि मूर्खपणा याशिवाय दुसरे काही नाही. ब्राह्मण, क्षत्रिय आणि वैश्य यांनी त्यांचे कर्तव्य किंवा

आज्ञा पाळणे बंद केले तर काय होईल ? याउलट, त्यांनी त्यांचे कर्तव्य योग्यरित्या पार पाडले, परंतु इतर जातींप्रती किंवा शूद्रांप्रती कर्तव्ये पाळण्यास जाणीवपूर्वक नकार दिला तर ? जर या तीन वर्णांनी शूद्रांना योग्य अटींवर मदत केली नाही आणि त्यांचे संरक्षण केले नाही किंवा तिघांनी मिळून शूद्रांचे आर्थिक शोषण केले तर काय होईल ? तिघांनी मिळून शूद्रांचे पालनपोषण करण्याऐवजी त्यांचे शोषण करण्याचे काम केले तर काय होईल ? ब्राह्मण, क्षत्रिय, वैश्य यांनी शूद्रांच्या साधेपणाचा आणि अज्ञानाचा फायदा घेण्याचा प्रयत्न केला तर त्यांच्या हिताचे रक्षण कोण करणार ? क्षत्रिय लोकच समाजाची लूट करू लागले तर शूद्रांसह ब्राह्मण, वैश्य यांचे रक्षण कोण करील ? समाजातील एका वर्गाने दुसऱ्या वर्गावर अवलंबून राहणे आवश्यक आहे. कधीकधी एका वर्गाला दुसऱ्या वर्गावर अवलंबून राहण्याची परवानगी दिली जाऊ शकते, परंतु एखाद्याने त्याच्या अत्यावश्यक आणि जीवनावश्यक गरजांसाठी इतरांवर अवलंबून का राहावे ? यासाठी समाजातील प्रत्येक व्यक्तीला शिक्षण दिले पाहिजे, प्रत्येक व्यक्तीकडे स्वतःचे संरक्षण करण्याचे साधन असले पाहिजे आणि स्वतःचे संरक्षण करण्याची क्षमता विकसित केली पाहिजे. प्रत्येक व्यक्तीने आपले अस्तित्व टिकवणे खूप गरजेचे आहे. अशिक्षित आणि निशस्त्र व्यक्तीला त्याचा शेजारी शिकलेला आणि सशस्त्र असल्याचा काय फायदा मिळू शकतो ? त्यामुळे हा संपूर्ण सिद्धांतच निरर्थक आणि मूर्खपणाचा (absurd) आहे. हे असे काही प्रश्न आहेत ज्यावर चातुर्वर्ण्य समर्थक कधीही विचार करत नाहीत किंवा काळजी करत नाहीत, परंतु या प्रश्नांचा विचार करणे अत्यंत आवश्यक आहे.

जर असे गृहीत धरले की या व्यवस्थेत वेगवेगळ्या वर्गांमध्ये संरक्षक (guardians) आणि ठराविक (ward) नाते आहे, म्हणजेच एकमेकांना मदत आणि संरक्षणाचे नाते आहे, तर हे मान्य करावे लागेल की या व्यवस्थेमध्ये संरक्षक वर्गाची तरतूद नाही. दुष्कृत्यांपासून संरक्षित वर्गाच्या हिताचे रक्षण करण्यासाठी केले गेले तरी चातुर्वर्ण्य या संकल्पनेत रक्षक आणि रक्षणाची कल्पना विचारात घेतली असली तरी व्यवहारात ते मालक आणि नोकराचे (master and servant) नाते होते यात शंका घेण्यास वाव नाही. ब्राह्मण, क्षत्रिय आणि वैश्य वर्गातील लोक त्यांच्या परस्पर संबंधात आनंदी नसले तरी त्यांनी मनुस्मृतिनुसार कसेबसे काम धकवले. ब्राह्मणाने क्षत्रियाची खुशामत करून त्यांना मुर्ख बनवले आणि दोघांनीही वैश्यांना त्याच्या आधाराने आरामात जगता यावे म्हणून त्यांना जगू दिले आणि वैश्यांना त्यांच्यावर अवलंबून ठेवले. पण तिघांनी मिळून ठरवले की शूद्राला कोणत्याही परिस्थितीत दबलेले (beat down)

ठेवायचे. तीन वर्णांपासून स्वतंत्र होऊ नये म्हणून शूद्रांना संपत्ती (wealth) जमा करण्यापासून रोखण्यात आले. त्याला आपल्या हक्कांची जाणीव होऊ नये म्हणून शिक्षण घेऊन ज्ञानी होण्यापासून रोखले गेले. शूद्रांनी या तीन वर्णाच्या शोषक व्यवस्थेविरुद्ध बंड (rebel) करू नये म्हणून त्यांना शस्त्र बाळगण्यास बंदी घालण्यात आली. तिन्ही वर्णातील लोक शूद्रांना कसे वागवत हाते याचा पुरावा मनूने केलेले कायदे आहेत. सामाजिक हक्कांच्या संदर्भात, मनूच्या कायद्यांपेक्षा अधिक बदनाम असे कोणतेही कायदे नाहीत. या नियमापुढे सामाजिक अत्याचाराचे कोणतेही उदाहरण फिके पडेल. या सामाजिक दुर्व्यवहाराला बळी पडलेल्या लोकसंख्येच्या मोठ्या वर्गाने ते का सहन केले ?

जगातील इतर देशांमध्ये सामाजिक क्रांत्या (social revolution) होत आल्या आहेत पण हा प्रश्न मला सतत सतावत आहे की भारतात सामाजिक क्रांती का झाली नाही ? आणि याला एकच उत्तर आहे, ते म्हणजे चातुर्वर्ण्य सारख्या नीच व्यवस्थेमुळे (wretched) हिंदू समाजातील सर्वात खालचा वर्ग अत्याचाराविरुद्ध बंड करू शकलेला नाही. ते शस्त्रे ठेवू शकत नव्हते आणि शस्त्राशिवाय ते बंड करण्याच्या स्थितीत नव्हते. ते सर्व नांगर चालवणारे शेतकरी (ploughmen) होते. किंवा असे म्हणू की त्यांना तसे करण्यास भाग पाडले गेले. त्यांना त्यांच्या नांगराचे तलवारीत

(swords) रूपांतर करण्याची परवानगी मिळाली नव्हती. त्यांच्याकडे बंदुका किंवा तलवारी (bayonets) नव्हत्या, त्यामुळे पाहिजे त्यावेळी पाहिजे तो शूद्रांचा गैरफायदा घेत होता.

चातुर्वर्ण्यमुळे त्यांना कोणतेही शिक्षण घेता आले नाही आणि त्यामुळे ते निरक्षर राहिले. त्यांना त्यांच्या मुक्तीचा (salvation) आणि मोक्षाचा मार्ग सापडत नव्हता. याचा विचार करण्याची क्षमता त्याच्यात नव्हती. त्यांना नीच राहण्यास भाग पाडले गेले. अशा व्यवस्थेपासून मुक्त होण्याचा मार्ग माहित नसल्यामुळे आणि त्यातून मुक्त होण्याचे साधन नसल्यामुळे त्यांनी शेवटी हार पत्करली आणि आपले अटळ भाग्य (inescapable fate) स्वीकारले. आणि त्यांनी ही चिरंतन गुलामगिरी त्यांचे भाग्य म्हणून स्वीकारली, ज्यापासून मुक्त होणे कधीही शक्य नव्हते.

युरोपातही बलाढ्य लोकांनी दुर्बलांचे शोषण करून त्यांना उद्ध्वस्त करण्यात कोणतीही कसर सोडली नाही हे खरे आहे, पण युरोपातील बलवान लोकांनी भारतातील हिंदूंसारखे निर्लज्जपणे दुर्बलांचे शोषण केले नाही. युरोपात बलवान आणि कमकुवत लोकांमध्ये भयंकर युद्धे होत आली आहेत पण भारतात तसे होऊ शकले नाही. असे

असूनही, युरोपमधील दुर्बल घटकातील लोकांना सैन्यात नोकरी, भौतिक शस्त्रे, अडचणीच्या वेळी राजकीय मार्ग आणि शिक्षणाच्या स्वरूपात नैतिक आचरणाचे हत्यार मिळण्याचे स्वातंत्र्य (physical, political and maoral weapons) नेहमीच होते. स्वातंत्र्य मिळवण्यासाठी युरोपातील शक्तिशाली लोकांनी कधीही दुर्बल लोकांकडून तिन्ही मार्ग हिसकावून घेतली नाहीत. पण भारतात ही तिन्ही मार्ग चातुर्वर्ण्यांनी खालच्या जातीतील दुर्बल घटकांना मिळू दिली नाहीत. चातुर्वर्ण्यपेक्षा जास्त अपमानास्पद आणि तुच्छ अशी कोणतीही समाजव्यवस्था असू शकत नाही. ही व्यवस्था माणसाला जवळजवळ मृत, पक्षाघाती आणि अपंग (deadens paralyses and cripples) बनवते की ती व्यक्ती कोणत्याही कामासाठी किंवा हालचालीसाठी देखील अक्षम बनते. यात अतिशयोक्ती केली जात नाही. इतिहासात याचे भरपूर पुरावे आहेत. भारतीय इतिहासात एकच युग असे होते ज्याला स्वातंत्र्य, महानता आणि वैभवाचे युग म्हटले जाऊ शकते आणि ते म्हणजे मौर्य साम्राज्याचे युग. उर्वरित राजवटीत हा देश अंधार आणि पराभवाचे (darkness and defeat) दुःख भोगत राहिला. मौर्य युग हे एकमेव युग होते ज्यामध्ये चातुर्वर्ण्य पूर्णपणे नाहीसे झाले होते.

याच काळात शूद्र लोक स्वबळावर पुढे आले, देशाचे राज्यकर्ते बनले आणि वैभवशाली राज्य केले. भारतीय इतिहासातील अंधार आणि पराभवाचा काळ तर तो होता जेव्हा देशात घृणास्पद आणि हीन चातुर्वर्ण्य व्यवस्थेचा शाप देशाच्या बहुतांश भागात पसरला आणि देशातील लोकसंख्येने मोठ्या वर्गाला दयनीय दुःख दिले.

१८.

जातींमधील परस्पर वैर आणि वैर

चातुर्वर्ण्य ही काही नवीन व्यवस्था नाही. ती वेदाइतकीच प्राचीन आहे. हे एक कारण आहे ज्याच्या आधारे आर्य समाजवादी या व्यवस्थेचा विचार करायला सांगतात. चातुर्वर्णाचा उपयोग सामाजिक व्यवस्था म्हणून प्रयोग करून पहाण्यात आला, पण तो प्रयत्न निष्फळ ठरला आहे. इतिहासात अनेक वेळा ब्राह्मणांनी क्षत्रियांचा नाश करून त्यांना क्षत्रियमुक्त केले आहे तर अनेक वेळा क्षत्रियांनी ब्राह्मणांचा नाश केला आहे. 'महाभारत' आणि 'पुराण' ब्राह्मण आणि क्षत्रिय यांच्यातील अशा युद्धांच्या घटनांनी भरलेले आहेत. रस्त्यात भेटल्यावर ब्राह्मण आणि क्षत्रिय यांच्यापैकी कोण आधी नमस्कार (salute) करील आणि कोण दुसऱ्याला जाण्यासाठी रस्ता देईल. अशा क्षुल्लक गोष्टींवरून दोघांमध्ये भांडणे व्हायची. एवढेच नाही तर एके काळी ब्राह्मणांना क्षत्रियांचे आणि क्षत्रियांना ब्राह्मणांचे फुटलेले डोळे (eyesore) आवडत नसत. असे दिसते की क्षत्रिय हुकूमशाहा आणि जुलमी बनले होते आणि चातुर्वर्ण्य व्यवस्थेत दुःखी असलेले लोक जुलमी आणि हुकूमशाहीपासून मुक्त होण्यासाठी देवाकडे प्रार्थना करत होते. 'भागवत पुराणात' स्पष्टपणे नमूद केले आहे की कृष्णाने केवळ एका पवित्र आणि धार्मिक हेतूने अवतार घेतला होता आणि तो म्हणजे क्षत्रियांचा नाश करण्यासाठी. विविध वर्गांमधील परस्पर वैमनस्य आणि शत्रुत्वाची ही उदाहरणे आपल्यासमोर असताना, हिंदू समाजाच्या पुनर्रचनेसाठी चातुर्वर्ण्य व्यवस्था आदर्श म्हणून कोणी मांडू शकेल, असे मला वाटत नाही.

१९.

गैर-हिंदूंमध्ये जातिव्यवस्था

मी अशा लोकांबद्दल बोललो आहे जे तुमच्या जात-पात तोडक मंडळासोबत नाहीत ज्यांचा तुमच्या आदर्शांना उघड विरोध आहे. काही असो, पण लोक आहेत, जे ना तुमच्या सोबत आहेत, ना तुम्ही त्यांच्या सोबत. त्याच्या विचारांवर आणि दृष्टिकोनांवर मी माझे मत मांडावे की नाही हे याचा मला संकोच वाटत होता. पण विचार केल्यावर मी या निष्कर्षाप्रत पोहोचलो की, त्यांच्याबद्दलही मी माझे मत व्यक्त केले पाहिजे. याची दोन कारणे आहेत. पहिली गोष्ट म्हणजे, जातीच्या (aimed neutarlity) समस्येकडे पाहण्याचा त्यांचा दृष्टिकोन आणि वागणूक केवळ तटस्थच नाही तर मुद्दाम तटस्थतेची भावना आहे. दुसरे कारण असे की या लोकांची संख्या अधिक आहे. यापैकी एक असा वर्ग आहे ज्याला हिंदूंच्या जातिव्यवस्थेत काहीही विचित्र किंवा घृणास्पद (odious) वाटत नाही. असे हिंदू लोक मुस्लिम, शीख आणि ख्रिश्चन समाजाची उदाहरणे देतात आणि त्यांच्यातही जाती आहेत याचा त्यांना आनंद होतो. या प्रश्नाचा विचार करण्यासाठी, आपण सुरुवातीपासून हे लक्षात ठेवले पाहिजे की मानवी समाज कोठेही एकच एक नाही, समाज नेहमीच विविधरूपी (plural) आहे, म्हणजेच तो अनेकवचनी स्वरूपात आहे. जगातील मानवी समाजात व्यक्ती एका (individual) बाजूला आहे तर समाज (society) दुसऱ्या बाजूला किंवा सीमेवर आहे. या दोन सीमांच्या मध्ये सर्व प्रकारच्या सामाजिक संस्था, कुटुंबे, मित्रपरिवार, सहकारी संस्था, व्यापारी गट, राजकीय पक्ष आणि चोर-दरोडेखोरांच्या टोळ्या, कमी-अधिक प्रमाणात किंवा लहान-मोठ्या सर्व प्रकारच्या. हे छोटे गट आपसात जोडलेले असतात आणि काहीवेळा जातींप्रमाणेच वेगळेपणा आणि वेगळी ओळख पसंत करतात. त्यांचे विचार आणि कार्यप्रणाली अतिशय संकुचित असते जी कधी कधी समाजविघातक (anti-social) असते. हे युरोप आणि आशियातील प्रत्येक समाजाला लागू होते. समाज हा आदर्श समाज आहे की नाही हे ठरवण्यासाठी, तो गटांमध्ये (group) विभागला गेला आहे की नाही हे समजू नये, कारण सर्व समाजांमध्ये

वर्ग अस्तित्वात आहेत. आदर्श समाज ठरवण्यासाठी जे प्रश्न विचारले पाहिजेत ते म्हणजे त्या समाजातील विविध गटांना जाणीवपूर्वक आणि समानतेने किती आणि किती प्रकारचे फायदे दिले जातात ? त्या समाजाचे इतर समाजांशी असलेले सामाजिक संबंध किती मजबूत आहेत, परस्पर संबंध कसे आहेत आणि ते इतर समाजांत मिसळून किती प्रमाणात स्वतंत्र कार्यरत आहेत ?

त्या समाजातील विविध गट, वर्ग, जाती यांना एकत्र आणणाऱ्या शक्ती त्यांना विभाजित करणाऱ्या शक्तींपेक्षा मोठ्या आहेत का ? तेथील वर्गांच्या या सामूहिक जीवनाला कोणते सामाजिक महत्त्व दिले जाते ? हा निव्वळ प्रथा किंवा सोयीचा मुद्दा आहे की धार्मिक मुद्दा आहे ? हे प्रश्न लक्षात घेऊन हिंदू समाजाची जातकुळी ठरवायला हवी ही व्यवस्था अहिंदू समाजाच्या जातीव्यवस्थेसारखी आहे की नाही ? एकीकडे मुस्लिम, शीख आणि ख्रिश्चन यांच्या जाती आणि दुसरीकडे हिंदूंच्या जातींबद्दलच्या विचारांच्या निकषांवर नजर टाकली, तर आपल्याला कळेल की अहिंदू समाजातील जातिव्यवस्था हिंदू समाजातील जातिव्यवस्थेपेक्षा खूप वेगळी आहे. पहिले कारण म्हणजे हिंदू समाजात विविध जातींच्या लोकांना एकत्र बांधून ठेवणारा कोणताही घटक किंवा भावना नाही, तर अहिंदू समाजात अशा अनेक गोष्टी आणि संबंध आहेत जे त्यांना एकत्र ठेवतात आणि त्यांना एकात्मतेत बांधतात. कोणत्याही समाजाची ताकद ही समाजातील विविध जाती आणि वर्गांमधील परस्पर संवाद आणि संपर्क आणि देवाण-घेवाणीच्या शक्यतांवर अवलंबून असते. तत्वज्ञानी कार्लाइलने त्यांना 'ऑर्गेनिक फिलामेंट्स' (organic filaments) म्हणजेच लवचिक तंतू असे नाव दिले आहे. जे रबराच्या धाग्यांसारखे किंवा नात्यासारखे असतात जे समाजातील तुटलेल्या भागांना एकमेकांच्या जवळ आणतात आणि जोडतात. हिंदू समाजात जातीव्यवस्थेमुळे समाजात निर्माण झालेल्या विघटनाला बांधून ठेवणाऱ्या शक्ती नाहीत, तर अहिंदू समाजात असे अनेक लवचिक सेंद्रिय तंतू आहेत जे एकमेकांना एकात्मतेने बांधतात. याशिवाय, हिंदू समाजाप्रमाणेच अहिंदू समाजातही जाती आहेत, परंतु अहिंदू समाजात जातीला जेवढे सामाजिक महत्त्व किंवा दर्जा आहे, तेवढे सामाजिक महत्त्व (social significance) हिंदूमध्ये नाही. एखाद्या मुस्लिम किंवा शीखला विचारा की तो कोण आहे, तो तुम्हाला सांगेल की तो मुस्लिम आहे किंवा शीख. त्याला जात असूनही तो त्याची जात सांगत नाही, पण केवळ या उत्तराने तुम्ही समाधानी होता. जेव्हा तो तुम्हाला मुस्लिम असल्याचे सांगतो तेव्हा तुम्ही त्याला पुढे विचारत नाही की तो शिया आहे की सुन्नी आहे, शेख आहे की सय्यद आहे, खाटीक आहे की पिंजारा आहे ?

जेव्हा तो शीख असल्याचे सांगतो तेव्हा तुम्ही त्याला विचारत नाही की तो जाट आहे की अरोरा, मजहबी आहे की रामदासी आहे ? पण जर कोणी म्हणत असेल की तो हिंदू आहे, तर या उत्तराने तुमचे समाधान होत नाही, तुम्हाला त्याची जात विचारण्याची उत्सुकता वाटते आणि जोपर्यंत तुम्हाला त्याची जात कळत नाही तोपर्यंत चैन पडत नाही. हे असे का होते ? याचे कारण हिंदूंसाठी जातीचे इतके महत्त्व आहे की ते जाणून घेतल्याशिवाय तो कोणत्या प्रकारचा माणूस आहे यावर विश्वास ठेवता येत नाही. जातीय बंधने तोडण्याचे परिणाम विचारात घेतल्यास हे स्पष्ट होते की हिंदू समाजात जातीचा जो विशेष प्रभाव आहे तो अहिंदू समाजात नाही. शीख आणि मुस्लिमांमध्ये जाती आहेत, परंतु जर शीख किंवा मुस्लिमाने जातीची मर्यादा किंवा बंधने तोडली तर त्याला जातीपासून (out caste) बहिष्कृत केले जात नाही. सत्य हे आहे की शीख किंवा मुस्लीम समुदायांसाठी बहिष्कार आणि त्यांचा दूर दूरपर्यंत कोणताही सामाजिक संबंध नाही. परंतु हिंदूंच्या बाबतीत परिस्थिती पूर्णपणे भिन्न आहे. जातीचे बंधन तोडले तर निश्चितच जातीबाहेर फेकले जाईल हे हिंदूला चांगलेच माहीत आहे. यावरून हिंदू आणि बिगरहिंदूंसाठी जातीचे सामाजिक महत्त्व लक्षात येते. दोघांमधील फरकाचे हे दुसरे कारण आहे, परंतु तिसरा आणि अधिक महत्त्वाचा फरक देखील आहे. गैर-हिंदू समाजात जातीला कोणतेही धार्मिक पावित्र्य किंवा श्रेष्ठता (religious consecration) नसते, परंतु हिंदूंमध्ये जातीला मोठे धार्मिक महत्त्व असते. गैर-हिंदूंमध्ये, जात ही एक पवित्र संस्था नसून केवळ एक प्रथा किंवा व्यवहार असतो, ते जातीला पवित्र संस्था(sacred institution) मानत नाहीत. त्यांनी जाती निर्माण केल्या नाहीत म्हणून त्यांच्यासाठी ते केवळ अस्तित्व आहे. ते जातीला धार्मिक कट्टरता (dogma) मानत नाहीत. धर्म हिंदूंना हिंदू समाजात अलगाव (isolation and segragation) आणि जातींचे विभाजन चांगले मानण्यास भाग पाडतो, परंतु धर्म अशा प्रकारे गैर-हिंदूंना सक्ती करत नाही. जर एखाद्या हिंदूला जात सोडायची असेल किंवा सीमा तोडायच्या असतील तर त्याचा धर्म मार्गात येतो आणि अडथळा बनतो पण अहिंदूसाठी हे होणार नाही. म्हणून हिंदूंनी, गैर-हिंदूंच्या जीवनात जातीचे स्थान काय आहे आणि सामाजिक भावना जातीय भावनेच्या वर नेणारे सेंद्रिय तंतू त्या समाजात आहेत की नाही हे समजून घेण्याची गरज समजून न घेता गैर-हिंदूंमध्येही जाती आहेत, हा हिंदूसाठी अतिशय धोकादायक भ्रम आहे. हिंदू जितक्या लवकर या मानसिक dulusion) भ्रमातून मुक्त होतील तितके चांगले.

हिंदूंचा दुसरा विभाग हे ठामपणे नाकारतो की जातिव्यवस्था ही हिंदूसाठी एक समस्या आहे. असे लोक समाधान व्यक्त करतात. ते असे मानतात की हिंदू आजपर्यंत

अस्तित्वात आहेत, ते हिंदू समाजाच्या निरंतर अस्तित्वाचा पुरावा मानतात. प्रो. एस. राधाकृष्णन यांनी त्यांच्या 'हिंदू व्ह्यू ऑफ लाइफ' या पुस्तकात हे अतिशय चांगल्या पद्धतीने मांडले आहे. हिंदू धर्माबाबत ते म्हणतात की हिंदू संस्कृती ही अतिशय प्राचीन संस्कृती आहे, तिचा इतिहास चार हजार वर्षांहून जुना आहे आणि त्यावेळीही हा समाज सभ्यतेच्या अवस्थेत पोहोचला होता. तेव्हापासून आजतागायत या सभ्यतेच्या प्रगतीत कधी ना कधी काही अडथळे आले पण तरीही आजतागायत या संस्कृतीचा वेग कायम आहे. या चार-पाच हजार वर्षांमध्ये या सभ्यतेला आध्यात्मिक विचार आणि अनुभवांचा ताण आणि ताणाव (strain and stress) सहन करावा लागला आहे. इतिहासाच्या सुरुवातीपासून विविध राजवंश, सभ्यता आणि संस्कृतीचे लोक भारतात येत असले तरी, हिंदुत्वाचे वेगळेपण (supermacy) अबाधित राहिले आहे, तसेच राजकीय शक्तींच्या मदतीने लोकांचे धर्मांतर करणारे धर्म आणि पंथही

हिंदूंना त्यांचा धर्म बदलण्यास भाग पाडू शकले नाहीत. हिंदू सभ्यतेमध्ये निश्चितपणे काही जीवनशक्ती आहे जी इतर मजबूत प्रभावांना तटस्थ करते. हिंदू संस्कृतीचे विच्छेदन करणे म्हणजे यासाठी झाड तोडून पहाण्यासारखे होईल की अद्याप त्यातून रस वाहत आहे की नाही.

या प्रकरणी प्रा. राधाकृष्णन हे मोठे नाव आहे, त्यामुळे ते जे काही बोलतात त्यात गांभीर्य असते आणि त्याचा वाचकांच्या मनावर खोलवर परिणाम होतो. पण माझे मत मांडायला मी संकोच करणार नाही. मला शंका वाटते की त्यांचे विधान चुकीच्या वादाचा आधार बनू शकते की केवळ अस्तित्त्वात (survival) आहेत म्हणून भविष्यात टिकेल की नाहीशी होईल हे ठरत नाही, परंतु प्रश्न आहे की तो समाज कोणत्या आधारावर जिवंत रहाणार आहे ? प्रत्येक व्यक्ती आणि समाजासाठी जगणे (living) आणि योग्यतेने जगणे (living worthy) यात फरक आहे. युद्धात कठोरपणे लढणे हा वैभवशाली जीवन जगण्याचा एक मार्ग आहे. युद्धात पराभूत होणे, शरणागती पत्करणे आणि कैद्याचे जीवन जगणे ही देखील एक जीवनपद्धती आहे. इतक्या वर्षांपासून आपण जिवंत आहोत असा हिंदूने विचार करणे व्यर्थ आहे. त्यांनी विचार केला पाहिजे की त्यांचे जगणे म्हणजे जीवनाचा दर्जा (quality) काय आहे ? आणि असा विचार केला तर हिंदू लोक हिंदुत्वाच्या अस्तित्वाचा अभिमान बाळगणे सोडून देतील याची मला खात्री आहे. हिंदूचे जीवन ही सततच्या पराभवांची कथा आहे आणि त्याला जे शाश्वत जीवन (everlasting) म्हणून दिसते ते तसे नसून प्रत्यक्षात असे जीवन नष्ट होत चालले आहे. अस्तित्त्वात रहाण्याचा हा असा प्रकार आहे, ज्याची कोणत्याही समजदार हिंदूला लाज वाटेल आणि तो सत्य स्वीकारायला घाबरणार नाही.

२०.

जातीवादाचा बालेकिल्ला कसा फोडायचा ?

माझा ठाम विश्वास आहे की जोपर्यंत तुम्ही तुमच्या समाजाची रचना (social order) बदलत नाही तोपर्यंत तुम्ही प्रगती करू शकत नाही, तोपर्यंत तुम्ही तुमच्या समाजाला स्वसंरक्षणासाठी किंवा हल्ल्यासाठी संघटित करू शकत नाही. समाज व्यवस्था बदलल्याशिवाय ना राष्ट्राची उभारणी करता येते ना नैतिक व सदाचारी समाज निर्माण होऊ शकत नाही. जातीव्यवस्थेच्या पायावर तुम्ही जे काही उभे कराल, त्याला तडे जातील, अखंड राहू शकणार नाही आणि कधीही परिपूर्ण होणार नाही.

विचार करण्यासारखा प्रश्न एवढाच उरतो की हिंदू समाजव्यवस्थेत सुधारणा करून जातिव्यवस्था कशी संपवायची ? हा सर्वात महत्त्वाचा प्रश्न आहे. या समस्येवर काही लोकांचे असे मत आहे की, जातिव्यवस्था सुधारण्याच्या दिशेने पहिले पाऊल टाकले पाहिजे. म्हणजेच पोटजाती रद्द केल्या पाहिजेत कारण जातींच्या तुलनेत पोटजातींमध्ये राहणीमान, वागणूक आणि दर्जा या बाबतीत अधिक साम्य आहे, पण माझ्या मते ही चुकीची धारणा आहे. सामाजिकदृष्ट्या उत्तर आणि मध्य भारतातील ब्राह्मण दक्षिण भारतीय ब्राह्मणांपेक्षा खालच्या दर्जाचे आहेत. पूर्वीचे ब्राह्मण स्वयंपाक करणे, वाहून नेणे आणि पाणी भरण्याचे काम करतात, तर दक्षिण भारतीय ब्राह्मण समाजात उच्च स्थानावर आहेत.

उलटपक्षी, उत्तर भारतीय वैश्य आणि कायस्थ यांची बौद्धिक आणि सामाजिक पातळी दक्षिण भारतीय ब्राह्मणांच्या बरोबरीची आहे. मग खाण्याच्या सवयींच्या बाबतीतही, दक्षिण भारतीय शाकाहारी ब्राह्मण आणि उत्तर भारतीय काश्मिरी आणि बंगाली ब्राह्मण यांच्यात साम्य नाही कारण दक्षिण भारतीय ब्राह्मण शाकाहारी आहेत आणि काश्मीर आणि बंगालचे ब्राह्मण मांसाहारी आहेत. याउलट खाण्यापिण्याच्या

बाबतीत दक्षिण भारतीय ब्राह्मण, गुजराती, मारवाडी बनिया आणि जैन यांच्यात अधिक साम्य आणि जवळीकता आहे. अशा प्रकारे, एका जातीचे दुसऱ्या जातीत मिसळणे सोपे करण्यासाठी, उत्तर भारतातील कायस्थ आणि दक्षिण भारतातील इतर ब्राह्मणेतर जातींना दक्षिण आणि द्रविड प्रदेशातील ब्राह्मणेतर जातींशी जोडणे (fusion) सोपे आणि अधिक व्यावहारिक आहे. उपजाती एकत्र करण्यात अनेक अडचणी आहेत आणि पोटजाती (sub caste) विलीन झाल्या तरी जाती संपुष्टात येतील याची काय शाश्वती आहे. पोटजाती नष्ट झाल्यानंतर ही प्रक्रिया पुढे चालू राहण्याची शक्यता दिसत नाही. या उलट असे होऊ शकते की ही प्रक्रिया पोटजाती नष्ट झाल्यानंतरच थांबतील. जर असे घडले, म्हणजे ही प्रक्रिया जातींपर्यंत पोहोचल्यानंतर संपली, तर त्याचा दुष्परिणाम असा होईल की जाती अधिक शक्तिशाली (powerful) आणि हानिकारक (mischievous) होतील. म्हणून, समस्येचे हे निराकरण व्यावहारिक किंवा प्रभावी नाही. अशा वेळी हा उपाय चुकीचा ठरेल.

जातिव्यवस्था संपवण्याचा दुसरा उपाय म्हणजे जातींमध्ये खाणेपिणे सुरू करणे, असे म्हटले जाते. पण माझ्या मते, हा उपाय देखील पूर्णपणे प्रभावी नाही कारण काही जातींमध्ये आंतरजातीय भोजनावळी आधीपासूनच प्रचलित आहेत परंतु अनुभव दर्शवतो की यामुळे जातीवाद आणि जातीवादाची भावना नष्ट करण्यात येऊ शकली नाही.

आंतरजातीय विवाह हाच खरा उपाय आहे असे माझे मत आहे. रक्ताचे नाते निर्माण होऊनच आपुलकीची आणि परस्पर बंधुत्वाची भावना निर्माण होऊ शकते आणि जोपर्यंत ही बंधुत्वाची भावना होत नाही, तोपर्यंत नात्याची आणि जवळीकतेची (kith and kin) ही भावना महत्त्वाची ठरणार नाही, तर ती निर्माण होईल. तोपर्यंत जातीची, एकटेपणाची, परके असल्याची भावना कधीही दूर होणार नाही. आंतरजातीय विवाह हिंदूंच्या सामाजिक जीवनात इतर धर्मीयांपेक्षा अधिक प्रभावशाली ठरतील. कारण ज्या समाजात इतर नातेसंबंधांमुळे आधीच खूप संवाद आहे, तिथे लग्न ही आयुष्यातील एक सामान्य घटना आहे. पण जिथे समाजाचे तुकडे तुकडे झाले आहेत, तिथे विवाह एकसंध शक्ती म्हणून आवश्यक आहे. त्यामुळे या आजारावर आंतरजातीय विवाह हाच योग्य इलाज आहे. इतर कोणत्याही उपचाराने जातिव्यवस्थेचे दुष्कृत्य नाहीसे होऊ शकत नाही. तुमच्या जात-पात तोडक मंडळाने जातीव्यवस्थेवर हल्ला करण्याचा हा मार्ग स्वीकारला आहे, तो थेट आणि समोरचा हल्ला (direct and frontal) आहे. मी तुमचे अभिनंदन करतो की तुम्ही हा आजार अचूक ओळखला

आहे. समाजाचा खरा दोष काय आहे हे हिंदूंना सांगण्याचे धाडस तुम्ही केले आहे, त्याबद्दल मी तुमचे पुन्हा अभिनंदन करतो. सामाजिक जुलूमशाहीच्या (social tyranny) तुलनेत राजकीय जुलूम काहीच नाही, म्हणून समाजातील चुकीच्या गोष्टींचा विरोध करणाऱ्या आणि त्याचा सामना करणाऱ्या समाजसुधारकाला (reformer) सरकारविरुद्ध बंड करणाऱ्या राजकारण्यापेक्षा जास्त धैर्य दाखवावे लागते.

आपण रोगाची नाडी पकडली आहे असे आपण म्हणू शकतो आणि आंतरजातीय भोजनावळी आणि आंतरजातीय विवाह ही एक सामान्य प्रथा होईल तेव्हाच जातीवादाचा रोग नाहीसा होईल असे आपण मानणे योग्य आहे. तुम्हाला या आजाराचे मूळ कारण सापडले आहे पण तुम्ही सुचवलेला उपाय तो बरा करू शकेल का ? तुम्ही स्वतःला हेही विचारा की, बहुतेक हिंदू एकत्र भोजन करायला तयार नाहीत आणि ते आंतरजीतय लग्नही करत नाहीत याचे काय कारण आहे ? तुमचे ध्येय लोकप्रिय नसण्याचे काय कारण आहे ? याचे उत्तर असे की, हिंदू ज्या तत्त्वे, श्रद्धा आणि धार्मिक विधींना पवित्र मानतात, त्याशिवाय आपापसात खाणे-पिणे आणि आंतरजातीय विवाह ही त्यांच्यासाठी घृणास्पद कृत्ये आहेत. जात ही विटांची भिंत किंवा काटेरी कुंपणासारखी भौतिक गोष्ट नाही जी हिंदूंना एकमेकांत मिसळण्यापासून रोखते, म्हणून हा अडथळा मोडून काढला पाहिजे. जात ही एक कल्पना (notion), श्रद्धा म्हणजेच मानसिक स्थिती (state of mind) आहे. म्हणून, जातिनिर्मूलनाचा अर्थ कोणताही भौतिक अडथळा दूर करणे असा नसून त्याचा अर्थ वैचारिक बदल (notional change) आहे.

जातिव्यवस्था वाईट असू शकते, जातिवाद अशा मानसिकतेला जन्म देतो जी मानवतेसाठी घातक आहे, ती अमानवी व्यवस्था आहे. परंतु असे म्हणता येणार नाही की हिंदू लोक जातीव्यवस्थेवर विश्वास ठेवतात कारण ते क्रूर (inhuman), वाईट प्रवृत्तीचे किंवा मानवतेचे शत्रू आहेत. वास्तविक ते विश्वास ठेवतात कारण ते अति धार्मिक (deeply religious) आहेत. त्यामुळे जातीव्यवस्थेवर विश्वास ठेवल्याबद्दल लोक दोषी नाहीत, माझ्या दृष्टीने दोषी त्यांचा धर्म आहे ज्याने जातिव्यवस्थेला जन्म दिला. जर हे खरे असेल तर जातीव्यवस्थेचे पालन करणाऱ्यांसोबत दोन हात न करता हिंदू धर्मग्रंथांना विरोध करायला हवा कारण ते त्यांना जातीवर आधारित धर्माचे शिक्षण देतात. त्यामुळे हिंदू समाज रोटी-बेटी व्यवहार किंवा आंतरजातीय भोजनावळी करीत नाहीत म्हणून हिंदूंची खिल्ली उडवणे किंवा टीका करणे हे उद्दिष्ट साध्य करण्यासाठी निरर्थक आणि अनावश्यक आहे. यासाठी योग्य उपाय म्हणजे धर्मग्रंथावरचा लोकांचा विश्वास आणि भावना (sanctity) नष्ट केली पाहिजे. लोकांच्या धार्मिक

श्रद्धा, भावना आणि विचार भ्रष्ट करत राहिल्यास जाती नष्ट होण्याची आशा कशी करता येईल ? धर्मग्रंथ, त्यांचे पावित्र्य आणि त्यांचे नियम यावर विश्वास ठेवला जातो, त्याच्यावर आक्षेप घेतला जात नाही आणि तुम्ही त्याच हिंदूंवर टीका करता की त्यांचे विचार अमानवी, तर्कहीन आहेत, तर हा समाजसुधारणेचा चुकीचा आणि विसंगत मार्ग आहे.

अस्पृश्यता संपवण्याच्या चळवळीत गुंतलेल्या महात्मा गांधींसारख्या लोकांनाही लोकांची कृती आणि वर्तन हे त्यांच्या मनातील धर्मग्रंथांवरील धार्मिक श्रद्धेचा परिणाम आहे हे लक्षात येत नाही आणि जोपर्यंत त्यांची धर्मग्रंथावरील श्रद्धा उडत नाही तोपर्यंत त्यांचे वर्तन कधीही बदलू शकत नाही. अशा स्थितीत समाजसुधारकांच्या प्रयत्नांना यश आले नाही तरच नवल आणि तुमचे जात तोडक मंडळ देखील तीच चूक करीत आहे. अस्पृश्यता निर्मूलनाच्या तुमच्या प्रयत्नाचे देखील तेच परिणाम होतील, जे सुधारकांचे झाले. आंतरजातीय भोजनावळी आणि आंतर-जातीय विवाहाचे आंदोलन चालवणे व प्रचार करून संघटीत करणे, म्हणजे हिंदूंना बळजबरीने खाऊ घालण्यासारखे आहे. पण जर तुम्ही शास्त्राच्या गुलामगिरीतून स्त्रीयांना आणि पुरुषांना मुक्त करा, त्यांच्या मनावरील शास्त्राचा हानिकारक प्रभाव दूर करा, तर लोकं त्यांच्या स्वेच्छेने आणि आनंदाने आंतरजातीय भोजन व विवाह करतील.

दुटप्पी धोरण अवलंबण्याचे सांगण्यात काही फायदा नाही. शास्त्रात असे काहीही सांगितले नाही जसे लोक समजतात. मग ते व्याकरणदृष्ट्या वा तार्किकदृष्ट्या वाचले तरी काही फायदा नाही. धर्मग्रंथ कोणत्या अर्थाने स्वीकारले जातात हे महत्त्वाचे आहे. तुम्हाला गौतम बुद्धाप्रमाणे खंबीरपणे उभे राहावे लागेल. गुरू नानकांनी जी पावले उचलली तेच तुम्हाला करावे लागेल. तुम्हाला केवळ धर्मग्रंथांकडे दुर्लक्ष करून चालणार नाही, तर बुद्ध आणि नानकांप्रमाणे तुम्हालाही धर्मग्रंथांना चुकीचे म्हणावे लागेल, त्यांचे अधिकार आणि आदेश नाकारावे लागतील. हिंदूंना सांगण्याचे धाडस तुमच्यात आले पाहिजे की खरा दोष तुमच्या धर्माचा आहे, ज्या धर्माने तुमच्यामध्ये जातिव्यवस्था पवित्र आहे असा विश्वास निर्माण केला आहे. इतकं धाडस आपण करू शकाल ?

२१.

शेवटी जातीव्यवस्था नष्ट का होत नाही ?

तुम्हाला तुमच्या यशाची कितपत अपेक्षा आहे, सामाजिक सुधारणा अनेक प्रकारचे असतात. प्रथम, ज्या लोकांचा धार्मिक विचारांशी संबंध नसतो, ते पूर्णपणे धर्मनिरपेक्ष असतात. सामान्य समस्यांशी संबंधित असतात. तर काही सुधारणा धार्मिक कल्पना किंवा धर्मावर आधारित असतात. विशिष्ट समस्यांशी संबंधित असतात. अशा सुधारणांचे आणखी दोन प्रकार आहेत. यामध्ये, एक सुधारणा धर्माच्या नियमांचे पालन करते आणि ज्यांनी धर्म सोडला होता त्यांना मूळ धर्मात परत येण्याचे आणि त्याचे पालन करण्याचे आमंत्रण दिले जाते. दुसरी सुधारणा केवळ धार्मिक नियमांवर परिणाम करत नाही तर त्या नियमांच्या पूर्णपणे विरुद्ध पण असते. त्यांचे समर्थक लोकांना त्या धार्मिक तत्त्वांचे पालन न करण्यास, आदेशांचा त्याग (discard) करण्यास आणि त्यांच्या विरुद्ध वागण्यास प्रेरित करतात. जातिव्यवस्था ही अशा काही धार्मिक श्रद्धांचा नैसर्गिक परिणाम आहे. ज्याला धर्मग्रंथांनी मान्यता दिली आहे. शास्त्रे दैवी प्रेरीत ऋषींच्या आज्ञेने लिहिलेली आहेत, ज्यांना अलौकिक ज्ञान

(supernatural wisdom) होते, ते संत चमत्कारिक बुद्धिमत्तेचे स्वामी (divenly inspired sages) होते, म्हणून त्यांच्या आदेशाचे पालन न करणे हे महापाप आहे. लोकांना जातिव्यवस्था सोडण्यास सांगणे म्हणजे त्यांना त्यांचा धर्म सोडण्यासारखे आहे. जातिव्यवस्था निर्मूलन ही अशी सुधारणा आहे जी तिसऱ्या प्रकारात मोडते. सुधारणेचा पहिला आणि दुसरा मार्ग सोपा आहे पण तिसरा प्रकार केवळ अवघडच नाही तर जवळजवळ अशक्य आहे. हिंदू त्यांच्या समाजव्यवस्थेला अतिशय पवित्र (sacredness) मानतात आणि जातिव्यवस्थेला ईश्वराच्या विधानाचा आधार (divine basis) समजले जाते. म्हणून जातीसोबत जोडलेले पवित्रता आणि ईश्वरी विधानाची

भावनेला संपवणे अंत्यात गरजेचे आहे. माझ्या विश्लेषणाचा अर्थ असा आहे की तुम्हाला धर्मग्रंथ आणि वेद यांच्या सत्यतेच्या आणि (authority) अधिकाराच्या सर्व खुणा पुसून टाकाव्या लागतील.

मी जातिव्यवस्था नष्ट करण्याच्या पद्धती आणि मार्ग यावर भर दिला कारण योग्य मार्ग जाणून घेण्यासाठी योग्य पद्धती जाणून घेणे खूप महत्वाचे आहे. जर तुम्हाला योग्य पद्धती आणि मार्ग माहित नसतील तर तुमचे सर्व प्रयत्न अयशस्वी होतील. अशा प्रकारे, या समस्येसाठी माझे निष्कर्ष योग्य असल्यास, तुमचे कार्य खूप कठीण आहे (herculean). आपण त्यात यश मिळवण्यास सक्षम आहोत की नाही हे केवळ आपणच सांगू शकता.

जितका माझ्या प्रश्नाचा संबंध आहे, मी हे कार्य जवळजवळ अशक्य मानतो. मला असे का वाटते की तुम्हाला जाणून घ्यायचे असेल. याची अनेक कारणे आहेत, पहिले कारण म्हणजे ब्राह्मणांचे विरोधी वर्तन (hostility) जे ते या समस्येकडे पहात आले आहेत. देशातील जवळपास सर्व राजकीय सुधारणा आणि काही आर्थिक सुधारणांच्या चळवळींमध्ये ब्राह्मण आघाडीवर असणे तर सोडा पण कुठे मागच्या रांगेतही दिसत नाहीत. भविष्यात या चळवळीचे नेतृत्व ब्राह्मण करतील अशी अपेक्षा करता येईल का? मी नाही म्हणतो. तुम्ही विचाराल का ? ब्राह्मणांनी सामाजिक सुधारणांपासून कायमचे पळून जाण्याचे कारण अनाकलनीय आहे असे म्हणता येईल. आणि ते कदाचित यापुढे असे करणार (shun) नाहीत. तुम्ही असेही म्हणू शकता की जातिव्यवस्था हा हिंदूंसाठी एक शाप (bane) आहे हे ब्राह्मणांना चांगलेच ठाऊक आहे आणि एक बुद्धिमान वर्ग म्हणून ते या शापाच्या परिणामांबद्दल उदासीन राहू शकत नाहीत. काही लोक असेही म्हणतील की ब्राह्मणांमध्ये दोन प्रकारचे लोक आहेत. पहिले, पौरोहित्य करणारे किंवा सनातन धर्मी (priest) आहेत, दुसरे असे ब्राह्मण आहेत जे सनातनी परंपरावादी नाहीत आणि धर्मनिरपेक्ष पुरोगामी ब्राह्मण (secular) आहेत. जर पुरोहित जुन्या काळातील ब्राह्मण जातिव्यवस्था मोडायला तयार नसतील तर आधुनिक विचारसरणीचे ब्राह्मण नक्कीच या चळवळीत सामील होतील. तुमचे हे युक्तिवाद अतिशय आकर्षक, मोहक आणि स्वीकारण्यासारखे वाटतात, परंतु या सर्व युक्तिवादांमध्ये हे विसरले जाते की जातीव्यवस्था संपुष्टात आल्याने सर्वात जास्त नुकसान ब्राह्मणांना होईल. त्यामुळे ब्राह्मण जातिव्यवस्था नष्ट करण्याच्या चळवळीचे नेतृत्व करतील अशी आशा करता येईल ? कारण जातिव्यवस्थेचा अंत म्हणजे ब्राह्मणांची सत्ता आणि सामाजिक प्रतिष्ठा संपुष्टात येणे. आधुनिक विचारांच्या ब्राह्मणांकडून तुम्ही आशा करू

शकता पण त्यांच्याकडून आशा करणे योग्य आहे का ? कारण जातीव्यवस्था संपवण्याची चळवळ त्यांच्याच बांधवांच्या, पुरोहित ब्राह्मणांच्या विरोधात असेल ?

अशा स्थितीत पुरोगामी ब्राह्मणांकडूनही आशा बाळगणे व्यर्थ आहे. दोन ब्राह्मणांमध्ये भेद शोधणे व्यर्थ आहे. वास्तविक दोन्ही ब्राह्मण एकाच जातीचे आणि जवळचे नातेवाईक (kith and kin) आहेत. दोन्ही ब्राह्मण एकाच शरीराचे दोन भाग असल्यासारखे आहेत. जर एका भागावर हल्ला झाला तर दुसरा भाग निश्चितपणे त्याच्या बचावासाठी पुढे होईल. याबाबत मला प्रो. डाइसी 'इंग्लिश कॉन्स्टिट्यूशन' या पुस्तकात लिहिलेली एक महत्त्वाची गोष्ट आठवते. संसदेच्या सर्वोच्च कायदा बनविण्याच्या अधिकारावरील वास्तविक निर्बंधाबद्दल बोलताना प्रा. डायसी यांनी लिहिले आहे, 'कोणत्याही राज्यकर्त्याच्या सार्वभौमत्वाला त्याच्या अधिकारांचा (authority) वापर करताना दोन अडथळ्यांना सामोरे जावे लागते. यातील एक अंतर्गत अडथळा आणि दुसरी बाह्य मर्यादा (internal and external limitation) आहे. कोणत्याही सार्वभौमत्वाची बाह्य मर्यादा या गोष्टीच्या शक्यतांवर अवलंबून असते की त्याची प्रजा किंवा प्रजेपैकी अधिक लोक त्याच्या आदेशांचे आणि कायद्यांचे उल्लंघन करतील, म्हणजे कायदे मोडतील किंवा त्यांच्या अंमलबजावणीमध्ये अडथळा आणतील. याउलट, आंतरिक सार्वभौमत्व स्वतः राज्यकर्त्याच्या शक्ती स्वरूपात उद्भवते. सर्व अधिकार ज्याच्या ताब्यात असतो तो हुकूमशहा (despot) देखील तो ज्या परिस्थितीत राहतो त्यानुसार आपली शक्ती वापरतो आणि त्याच्या शक्ती तसेच निसर्गाची निर्मिती त्याच्या समाजाच्या परिस्थितीवर आणि नैतिक मूल्यांवर अवलंबून असते.

सुलतानाला देखील इच्छा असूनही कधी मुस्लिमांचा धर्म बदलता आला नाही. पण तो तसे करू शकला असता तरी त्याला ते अजिबात शक्य नव्हते. कारण मुस्लिम धर्माचा प्रमुख मुस्लिम धर्मच नष्ट करण्याची इच्छा कसा करील ? अशा प्रकारे, सुलतानच्या शक्तीच्या वापरावरील अंतर्गत मर्यादा बाह्य शक्तिइतकीच शक्तीशाली होती. काही लोक कधीकधी फालतू प्रश्न विचारतात की पोप अशा, अशा सुधारणा का राबवत नाहीत ? याचे उत्तर असे आहे की क्रांतिकारी विचारसरणीचे लोक पोप बनत नाहीत आणि जे लोक पोप बनतात त्यांना क्रांतिकारक बनण्याची इच्छा नसते.' माझ्या मते प्रा. डाइसी यांचे हे विधान भारतीय ब्राह्मणांना आणि इतर कोणालाही तितकेच लागू आहे. कोणीही म्हणू शकतो की जर पोप बनलेल्या व्यक्तीला क्रांतिकारक बनण्याची इच्छा नसेल तर ब्राह्मणांच्या कुटुंबात जन्मलेल्या व्यक्तीला क्रांतिकारक बनण्याची अजिबात इच्छा नसते. सामाजिक सुधारणेची बाब लेस्ली स्टीफनने ब्रिटीश

संसदेला सर्व निळ्या डोळयांच्या बाळांना मारण्याचा कायदा करण्यास सांगितल्याप्रमाणे निरूपयोगी आहे.

तुमच्यापैकी काही जण म्हणतील की ब्राह्मण जातिव्यवस्थेविरुद्धच्या चळवळीचे नेतृत्व करण्यासाठी पुढे येतात की नाही हा फारसा चिंतेचा विषय नाही. माझ्या मते, हा दृष्टिकोन अंगीकारणे म्हणजे समाजातील बौद्धिक वर्गाच्या (intellectual class) प्रभावाकडे लक्ष देणे नव्हे. तुम्ही मान्य करा किंवा करू नका हा इतिहास महापुरुषांनी रचला आहे, पण तुम्ही हे मान्य केलेच पाहिजे की प्रत्येक देशात बुद्धीजीवी वर्ग हा समाजावर नियंत्रण ठेवणारा किंवा राज्य करणारा वर्ग असू शकत नाही, पण त्याचा समाजावर खूप प्रभाव पडतो. बुद्धीजीवी वर्गच भविष्याचा वेध घेऊन समाजाला योग्य मार्गदर्शन व नेतृत्व देऊ शकतो. कोणत्याही देशातील बहुसंख्य लोक तर्कशुद्ध, विचारी आणि क्रियाशील नसतात. बहुधा ते बुद्धिजीवींनी दाखवलेल्या मार्गावर चालतात. देशाचे भवितव्य बुद्धिजीवी वर्गावर अवलंबून असते, असे म्हटल्यास अतिशयोक्ती होणार नाही. बुद्धीजीवी वर्ग प्रामाणिक, स्वतंत्र आणि निष्पक्ष (honest, independent and disinterested) असेल, तर देशावरच्या संकटाच्या वेळी तो समाजाला स्वयंप्रेरणेने व विवेकबुद्धीने योग्य नेतृत्व देईल, असा विश्वास ठेवता येईल.

बुद्धीजीवी वर्गाच्या या महत्त्वाबरोबरच विचार करण्यासारखी गोष्ट ही पण आहे की बुद्धिजीवी हा काही सद्‌गुण (virtue) नाही आहे, ते फक्त एक साधन आहे आणि हे साधन (means) वापरणे बुद्धीजीवी व्यक्तीवर अवलंबून असते, म्हणजे तो त्याच्या बुद्धिमत्तेचा वापर कशासाठी करतो ? एक बुद्धीवादी व्यक्ती चांगली व्यक्ती असू शकते परंतु तो एक बदमाश (rogue) देखील असू शकतो. त्याचप्रमाणे, बुद्धीजीवी वर्ग हा उच्च विचारसरणीच्या लोकांचा वर्ग देखील असू शकतो जो दुःखी मानवांच्या कल्याणासाठी सदैव तत्पर असतो. दुसरीकडे, बुद्धीजीवी वर्गही बदमाशांची टोळी देखील (gang of crooks) असू शकतो किंवा स्वतःच्या स्वार्थासाठी टोळीच्या समर्थकांचे रूप धारण करू शकते. भारताच्या संदर्भात, हे एक विडंबन असेल की येथील बुद्धिजीवी वर्ग हे ब्राह्मण जातीचे दुसरे नाव आहे. तुम्हाला खेद वाटेल की ते दोघेही एकच आहेत, म्हणजे ब्राह्मण आणि बुद्धिजीवी वर्ग एकमेकांचे समानार्थी शब्द आहेत. तसेच, भारतातील बुद्धिजीवी वर्ग हा केवळ एका ब्राह्मण जातीपुरता मर्यादित राहिला आहे. या कारणास्तव भारतातील बुद्धीजीवी वर्गाला देशाच्या हिताचे रक्षक बनण्यापेक्षा स्वतःच्या जातीच्या इच्छेचे आणि हिताचे (costodian) बनण्यात जास्त रस आहे. हे खूप दुःखद आहे पण हे सत्य आहे. भारतातील ब्राह्मण हिंदूंचा बौद्धिक वर्गच नाही तर इतर हिंदू लोकही

त्यांचा खूप आदर करतात. हिंदूंना नेहमीच शिकवले जाते की ब्राह्मण हे 'भूदेव' म्हणजेच पृथ्वीचे देव (gods of earth) आहेत आणि फक्त ब्राह्मणच त्यांचे गुरू असू शकतात. 'वर्णनाम ब्राह्मण गुरु' असे शास्त्रात म्हटले आहे. ब्राह्मणांबाबत मनू म्हणतो,

अनाम्नातेषू धर्मषु कथं स्यारिति चेद्भवेत ।
यं शिष्टा ब्राह्मणा ब्रूयुः सधर्म स्यादशंकितः ।।

ज्या धर्माच्या बाबींचे स्पष्टीकरण दिलेले नाही किंवा फारसे स्पष्टीकरण दिलेले नाही, त्याबाबत काय केले जाईल, असे विचारले तर त्याचे उत्तर असे की, ब्राह्मण श्रेष्ठ असल्याने अशा बाबींवर ब्राह्मण जो काही निर्णय घेईल तो कायदेशीर असेल. म्हणजे सुसंस्कृत ब्राह्मण जे काही म्हणेल तोच धर्म असेल, अशाप्रकारे ब्राह्मणांचा शब्द हाच खरा धर्म (legal forces) आहे." जेंव्हा बुद्धीजीवी वर्ग ज्याने बाकीच्या हिंदू समाजावर ताबा ठेवला आहे आणि ज्यांचा जाती तोडण्याच्या चळवळीला विरोध आहे, मग अशावेळी चळवळ यशस्वी होण्याची शक्यता फारच कमी राहते.

जात-पात तोडक मंडळाच्या आंदोलनाच्या यशाबद्दल शंका घेण्याचे दुसरे कारण सांगण्यापूर्वी हे सांगणे आवश्यक आहे की जातीव्यवस्थेच्या दोन बाजू आहेत. पहिल्या बाजूने ते समाजाला वेगवेगळ्या समुदायांमध्ये विभागते (communities) आणि दुसऱ्या बाजूने ते त्या समुदायांना त्यांच्या सामाजिक स्थिती (social status) आणि स्थितीनुसार विभाजित करते. ते एकमेकांना वरच्या श्रेणींमध्ये त्यांची व्यवस्था करतात ज्यामध्ये एका जातीची सामाजिक स्थिती दुसऱ्यापेक्षा उच्च किंवा कमी घोषित केली जाते. या व्यवस्थेत प्रत्येक जातीला इतर जातीपेक्षा श्रेष्ठ असल्याचा दिलासा (consolation and pride) आणि अभिमान असतो. जातींच्या अशा स्थितीनुसार विभागणीमुळे, बाह्य वैशिष्ट्यांच्या स्वरुपातील सामाजिक आणि धार्मिक अधिकार (right), ज्यांना धर्मग्रंथानुसार अष्टाधिकार आणि संस्कार म्हणतात, त्यांचीही वर्गवारी करण्यात आली आहे. जातीचा दर्जा जितका वरचा अधिकार तितकेच अधिक आणि दर्जा जितका खालचा अधिकार तितके कमी. उच्च-नीच जातींची ही व्यवस्था त्यांना जाती तोडणाऱ्यांसाठी एकसंघ आघाडी म्हणून संघटित होऊ देत नाही. कोणत्याही जातीने स्वतःहून वरच्या जातीशी रोटी-बेटीचे नाते असल्याचा दावा केला, तर त्या जातीचे धूर्त लोक (mis-chief mongers) ताबडतोब ते थांबवतात आणि म्हणतात की तसे करण्यापूर्वी त्या जातीने त्याच्या खालच्या जातीसोबत रोटी-बेटी व्यवहार करायला तयार रहावे. अशा खोडकर आणि धूर्त लोकांमध्ये ब्राह्मणांची संख्या अधिक असते. अशा प्रकारे हिंदू

धर्मात सर्व लोक जातिव्यवस्थेचे गुलाम आहेत परंतु सर्व गुलाम त्यांच्या सामाजिक स्थितीत समान नाहीत.

आपल्या काळातील श्रमजीवी वर्गाला क्रांतीची प्रेरणा देताना कार्ल मार्क्स म्हणाले होते, 'गुलामगिरीच्या साखळ्यांशिवाय (chains) तुमच्याकडे गमावण्यासारखे काही नाही." परंतु भारताच्या या जाती व्यवस्थेने गुलामीच्या बेड्यांना इतक्या धूर्तपणे व सुंदरपणे (artful way) सामाजिक आणि धार्मिक अधिकाराचे रूप देण्यात आले की इथे कार्ल मार्क्सच्या क्रांतिकारक घोषणा देखील निरूपयोगी ठरतात कारण येथे प्रत्येक जातीला खालच्या जातीच्या तुलनेत विशेष मानले जाते ज्यांना ते गमावण्याची भीती असते. येथील जाती सार्वभौमत्वाच्या (sovereignties) व्यवस्थेत आहेत म्हणजे वरच्या आणि खालच्या आवस्थेत असतात, त्यापैकी काही उच्च आहेत आणि काही नीच आहेत, म्हणून या श्रेष्ठतेच्या क्रमाने, प्रत्येक जातीला आपल्या जातीच्या संरक्षणाची आणि तिच्या सामाजिक स्थितीची काळजी आहे. त्यांना माहीत आहे की जर जाती नष्ट केल्या तर त्यांच्यापैकी काहींना प्रतिष्ठा, अधिकार (prestige and power) आणि सत्ता या बाबतीत इतर जातीपेक्षा अधिक नुकसान होईल. त्यामुळे सर्व हिंदू जातीव्यवस्थेविरुद्ध एकाच वेळी हल्ला करण्यासाठी सहभागी होतील अशी अपेक्षा करू शकत नाही.

२२.

हिंदू धर्मग्रंथ तर्क, विवेक आणि नैतिकतेपासून दूर का ?

हिंदूंकडून अशी अपेक्षा करता येईल का की ते जातिव्यवस्थेचे उच्चाटन करण्यास तयार होतील कारण तो तर्काच्या कसोटीवर टिकत नाही ? प्रश्न असा पडतो की हिंदू स्वतःच्या तर्कशक्तीचे पालन करण्यास स्वतंत्र आहे का ? मनूने प्रत्येक हिंदूच्या दैनंदिन वर्तनासाठी तीन आदेश दिले आहेत, ज्यानुसार प्रत्येक हिंदूने आचरण करणे आवश्यक आहे. **वेदः स्मृतीः सदाचाराः उ उवस्य च प्रियमात्मनः** म्हणजेच हिंदूने वेद, स्मृती आणि नैतिकतेचे नियम अनुक्रमाने पाळले पाहिजेत. याशिवाय दुसरा कोणताही मार्ग नाही. त्यामुळे हिंदूंच्या जीवनात विवेक आणि तर्काला कसलेही स्थान नाही. वेद आणि स्मृतीमध्ये लिहिलेल्या शब्दांच्या अर्थाविषयी जेव्हा जेव्हा शंका किंवा प्रश्न उद्भवतात तेव्हा त्यांचा योग्य अर्थ कसा समजेल ? या महत्त्वाच्या प्रश्नावर मनूचा आदेश स्पष्ट आहे,

योऽवमन्यते ते मूल हेतुशास्त्राश्रयात् द्विजः ।
स साधुभिर्बहिष्कार्यो नास्तिको वेदनिंदकः ।।

म्हणजेच जे लोक वेद आणि स्मृतींमध्ये लिहिलेल्या गोष्टींवर वाद घालतात आणि त्यांचा आदर करत नाहीत, अशा वेदविरोधकांवर आणि नास्तिकांवर सामाजिक बहिष्कार टाकून ऋषीमुनींनी त्यांना शिक्षा द्यावे.

मनुच्या या नियमानुसार, वेद आणि स्मृतींचा अर्थ लावण्यासाठी किंवा समजून घेण्यासाठी तर्कशास्त्राची मदत घेणे पूर्णपणे निंदनीय आणि प्रतिबंधित आहे. हे नास्तिक असण्याइतकेच पाप मानले जाते. म्हणून, हिंदूला तर्क किंवा विवेक वापरण्याची परवानगी नाही. गमतीची गोष्ट म्हणजे वेद आणि स्मृतींमध्ये जरी परस्परविरोधी

निर्देश असले, तरीही विरोधाभासी सूचना स्वीकारण्याचे स्वातंत्र्य हिंदूला नाही. अशा स्थितीतही दोन श्रुतींमध्ये कोणत्याही विषयावर संघर्ष असेल तेव्हा दोघांनाही समान मान्यता द्यावी आणि दोघांपैकी कोणत्याही एकाचे पालन करता येईल, असा स्पष्ट आदेश मनूने दिला आहे. तर्कशास्त्राच्या कसोटीवर दोघांपैकी कोण खरा ठरतो याचा विचार करण्याची गरज नाही. फक्त विचार न करता ते स्वीकारा. मनूने पुढे हे स्पष्ट केले आहे, **श्रुतिद्वैषं तु यत्र स्याप्तत्र धर्वावुधौ स्मृतौ ।**

म्हणजेच श्रुती आणि स्मृती यांच्यात जर काही विरोधाभास किंवा संघर्ष असेल तर श्रुती अस्सल मानली जाईल आणि फक्त श्रुतीची आज्ञा ग्राह्य धरली जाईल. इथेही दोघांपैकी बरोबर कोण यावर वाद घालण्याची गरज नाही. मनूने याचा उल्लेख अशा प्रकारे केला आहे,

वेदबाह्याः स्मृतयो याश्च काश्च कृदृष्टः ।
सर्वास्ता निष्फलाः प्रेत्यः तमोनिष्ठा हितः स्मृतः ।।

ज्या स्मृति वाईट आहेत आणि वेदांवर आधारीत नाहीत तर त्यांना बेकार समजले जावे, त्या केवळ अज्ञानावर आधारीत आहेत. याशिवाय स्मृतिमध्ये विरोधाभास असेल तर मनुस्मृतिलाच प्रमाण मानले जाईल. परंतु इथे पुन्हा हे समजून घेण्याचा प्रयत्न केला जाणार नाही की कोण खरे आहे. या संदर्भात बृहस्पतिने दिलेली व्याख्या खालील प्रमाणे आहे,

वेदायत्वोयानिबधृत्वत प्रमाण्यं हि मनोः स्मृतं ।
मन्वथविपरीता तु या स्मृतिः सा न शस्यते ।।

अर्थात ज्या विषयावर स्मृति किंवा श्रुतिमध्ये काही स्पष्ट आदेश दिलेले आहेत त्यावर कोणत्याही हिंदूला तर्क व विवेक वापण्याचा अधिकार नाही आहे. महाभारतामध्येही असेच लिहिले आहे,

पुराणं मानवो धर्मः सांगो वेदश्चिकित्सित ।
आज्ञासिद्धनि चत्वारि न इन्तव्यानि हेतूभिः ।।

अर्थात पुराण, मनुचे उपदेश, सहा वेद हे चार आज्ञाप्रमाणे आहेत, ज्यांच्याबद्दल तर्क नाही करायला हवा. हिंदूना हे आदेश पाळावेच लागतील. जात आणि वर्ग असे विषय आहेत ज्यावर वेद आणि स्मृतिमध्ये व्याख्या करण्यात आली आहे आणि याशिवाय एखाद्या हिंदूला तर्क करण्यास सांगितले तर त्यावर काही फरक पडणार नाही. जोपर्यंत जात आणि वर्णाचा संबंध आहे, धर्मग्रंथ कोणत्याही हिंदूला त्याबद्दल विचार करण्याची परवानगी देत नाहीत, अशी तरतूद आहे की त्याला तर्काच्या

कसोटीवर जात आणि वर्णाच्या विश्वासाचा आधार तपासून पहाण्याची संधीच मिळू नये. रेल्वेने प्रवास करताना, परदेशात प्रवास करताना आणि नंतर आयुष्यभर जातीव्यवस्था टिकवून ठेवण्याच्या प्रयत्नात लाखो हिंदू विशिष्ट प्रसंगी जातिव्यवस्था मोडतात ही गैर-हिंदूंसाठी आश्चर्याची आणि करमणुकीची बाब असू शकते. ही संकल्पना समजावून सांगितली तर हिंदूंच्या विवेक आणि तर्कशक्तीला आणखी एक कुलूप आहे हे कळेल. मानवी जीवन सामान्यतः सवयीचे आणि अप्रतिबिंबित असते. म्हणजेच तो आपल्या आयुष्यातील बहुतांश कामे कोणत्याही धर्माचा, विश्वासाचा, काल्पनिक व्यवस्थेचा विचार न करता करतो. किंवा ज्ञानाचे समर्थन करणे ज्या परिणामाकडे त्याची प्रवृत्ती आहे त्यांची मदत करणारे सक्रिय तसेच सजग विचार फारच कमी आणि केवळ धर्म संकटातच केला जातो. रेल्वेचा प्रवास आणि परदेश प्रवास हिंदूसाठी धर्म संकट असते.

साहजिकच एका हिंदूने स्वतःला हा प्रश्न विचारला पाहिजे की जर जातीव्यवस्थेची बंधने दैनंदिन जीवनात पाळता येत नसतील, तर त्याच्याशी बांधलेले का रहावे ? पण ते प्रश्न करत नाहीत. तो एका ठिकाणी जातीचे नियम मोडतो आणि दुसऱ्या ठिकाणी किंवा प्रसंगी न चुकता त्यांचे पालन करतो. या धक्कादायक वर्तनाचे कारण म्हणजे धर्मग्रंथात या संदर्भात दिलेले नियम ज्यात त्याला त्याच्या सोयीनुसार वाटेल तेव्हा जातिव्यवस्थेचे पालन करण्याची आणि न पाळल्यास प्रायश्चिताची तरतूद आहे. अशा प्रकारे, प्रायश्चित्त या तत्त्वाद्वारे धर्मग्रंथांनी स्वीकारलेल्या तडजोडीच्या भावनेने जातिव्यवस्थेसाठी संजीवनीसारखे (perpetual lease) काम केले आहे आणि जात आजही अस्तित्वात आहे. यामुळे केवळ चिंतनशील विचारांची अभिव्यक्ती खुंटते, अन्यथा या चिंतनशील विचारांमुळे जात ही संकल्पनाच कलंकित होते.

जातिव्यवस्था आणि अस्पृश्यता नष्ट करण्याचे काम करणारे अनेक लोक होऊन गेले आहेत. यापैकी, कबीर, रामानुज या ठळक नावाचा अभिमानाने उल्लेख करता येईल, तुम्ही या समाजसुधारकांच्या कार्याला पाठिंबा देऊ शकता आणि हिंदूंना त्यांच्या विचार आणि मार्गावर चालण्यास सांगू शकता का ? हे खरे आहे की मनूने श्रुती आणि स्मृतींबरोबरच सदाचाराला देखील शिस्त म्हणून समाविष्ट केले आहे. खरे तर धर्मग्रंथांपेक्षा नैतिकतेला वरचे स्थान दिले आहे.

यद्यद्वाचर्यते येन धर्म्यं वा धर्म्यमेव वा ।
देशस्याचरणं नित्य चरित्रं त द्वि कीर्तितम् ।।

म्हणजेच माणूस स्वतःच्या देशात आणि वातावरणात जो योग्य मार्ग अवलंबतो त्याला नैतिकता म्हणतात. श्लोकानुसार, धार्मिक असो वा अनैतिक, धर्मग्रंथानुसार

असो किंवा विरुद्ध असो, चांगले आचरण पाळले पाहिजे. पण नैतिकतेचा अर्थ काय ? जर एखाद्याला असे वाटत असेल की नैतिकता योग्य आहे किंवा चांगली कृती

(right or good act) आहे, जसे की चांगल्या आणि सभ्य लोकांच्या कृती, तर असा विचार करणे खूप मोठी चूक होईल. सद्‌गुण म्हणजे उदात्त किंवा चांगली कृत्ये किंवा थोर किंवा सज्जन लोकांची कृती असा नाही. सदगुण म्हणजे प्राचीन प्रथा किंवा परंपरा, मग ती योग्य असो वा अयोग्य. या श्लोकात हे स्पष्ट आहे-

पास्मिन देशे य आचारः पारम्पर्यक्रमागतः।
वर्णानां किल सर्वेषां स सदाचार उच्चते ।।

म्हणजेच एखाद्या देशात सर्व जातींच्या पारंपारिक चालीरीती जातात त्यांना नैतिकता म्हणतात.

स्मृतीमध्ये हिंदूंना स्पष्ट आदेश देण्यात आला आहे की, देवांची कृती श्रुती आणि स्मृती यांच्या विरुद्ध असेल तर त्यांचे पालन करू नये. जणू काही लोकांना सावध केले गेले आहे की त्यांनी चांगले कर्म आणि चांगल्या लोकांच्या कृतीला सद्‌गुण समजू नये आणि लोक याला सदगुणाचा अर्थ समजतील आणि चांगल्या लोकांच्या मागे लागतील या भीतीने देखील त्यांना सावध केले गेले आहे. स्मृती, श्रुतिमध्ये, हिंदूंना स्पष्ट शब्दात आदेश दिलेला आहे की, जर देवी देवता स्मृती, श्रुती आणि नैतिकतेच्या विरुद्ध असतील तर त्यांचेही आदेश पाळू नका. हे खूप विचित्र वाटेल, खूप विकृत (pervers) वाटेल, परंतु हे खरे आहे की धर्मग्रंथ हिंदूंना आदेश देतात -

न देव चरेत्‌ ।

कोणत्याही सुधारकाच्या शास्त्रागारात तर्कशास्त्र आणि सदाचार (नैतिकता) ही दोन शक्तिशाली शस्त्रे आहेत आणि त्यांचा वापर करण्यापासून त्याला रोखणे म्हणजे त्याला कार्य करण्यास असमर्थ (निष्क्रिय) बनवण्यासारखे आहे. ते तर्क आणि तर्कानुसार आहे की नाही हे ठरविण्याचे स्वातंत्र्य लोकांना नसेल तर, मग तुम्ही जातीचे उच्चाटन कसे करणार आहात ? जर तुम्ही जातीचे तर्क आणि धोरण विचारात घेऊन मोकळे नसाल तर तुम्ही जात कशी संपवणार ? जातीभोवती बांधलेली भिंत तोडणे अजिबात शक्य नाही, ती अभेद्य (impregnable) आहे आणि ज्या साहित्यातून ही भिंत बांधली गेली आहे त्यात तर्क आणि नैतिकतेसारखे ज्वलनशील काहीही नाही जे तिला जाळू शकेल. या सत्यासोबत आपण हेही जोडले पाहिजे की या भक्कम भिंतीमागे समाजाचा बुद्धिजीवी वर्ग म्हणवणाऱ्या ब्राह्मणांची

फौज उभी आहे. ब्राह्मणांनी सहज आणि स्वाभाविकपणे हिंदू समाजाचे नेतृत्व हाती घेतले आहे, येथे भाडोत्री सैनिक (mercenary) नाहीत, ती त्यांच्या मातृभूमीसाठी मरण पत्कारणारी फौज आहे.

आता तुम्हाला समजले असेल की हिंदूंमधील जातीय बंधने तोडणे जवळजवळ अशक्य का आहे असे मी का म्हणत आहे. काहीही झाले तरी ही व्यवस्था मोडीत काढण्यासाठी अनेक युगे (ages) खर्ची पडतील. हे काम पूर्ण होण्यास विलंब होऊ शकतो किंवा ते लवकर करू शकता, परंतु तुम्हाला हे विसरू नका की जर तुम्हाला ते नष्ट (breach) करायचे असेल तर ते वेद आणि शास्त्रे (dynamite) दारूगोळ्याने उडवावी लागतील जे तर्क आणि नैतिकतेवर आधारित नाहीत. श्रुती आणि स्मृतींच्या धर्माचा तुम्हाला नाश (destroy) करावा लागेल जो सदाचाराचा स्वीकार करीत नाहीत. यापेक्षा जास्त बालण्यात उपयोग नाही. या प्रकरणावर माझा हा ठरलेला दृष्टीकोण आहे.

२३.

धर्मशास्त्रात सुधारणा करण्याची का गरज आहे ?

धर्म नष्ट करणे म्हणजे मला काय म्हणायचे आहे ते काही लोकांना समजणार नाही. काही लोकांच्या दृष्टीने माझा हा विचार विद्रोही (revolting) तर काहींना तो क्रांतिकारी वाटू शकतो. म्हणून मला माझा दृष्टिकोन स्पष्ट करणे आवश्यक आहे. मला माहित नाही की तुम्हाला तत्त्व आणि नियमात (principles and rules) काही फरक वाटतो की नाही. परंतु मी नक्कीच करतो. मी फक्त त्यांच्यात फरक मानत नाही, तर हा फरक मला खरा आणि महत्त्वाचाही वाटतो. नियम हे व्यावहारिक (practical) असतात जे विशिष्ट आदर्शांनुसार एखाद्या व्यक्तीचे नेहमीचे आचरण प्रतिबिंबित करतात, तर तत्त्वे बौद्धिक असतात जे गोष्टींचे परीक्षण करण्यासाठी उपयुक्त माध्यम असतात. कोणते काम करण्यासाठी कोणती पद्धत किंवा माध्यम अवलंबावे हे नियम सांगतात. तत्त्वे कामाची कोणतीही निश्चित पद्धत ठरवत नाहीत. स्वयंपाक करण्याच्या पद्धतींप्रमाणेच, काय करावे आणि कसे करावे हे देखील नियम सांगतात. याउलट, न्यायाच्या तत्त्वांप्रमाणे, तत्त्व मुख्य मुद्दा सांगते ज्यासाठी एखाद्याच्या इच्छा आणि उद्दीष्टांची (desires and purposes) दिशा विचारात घ्यावी लागते. तत्त्वे एखाद्या व्यक्तीला मार्गदर्शन करतात आणि एखाद्या गोष्टीचा विचार करताना कोणत्या महत्त्वाच्या गोष्टी लक्षात ठेवल्या पाहिजेत हे सांगतात.

नियम आणि तत्त्वांमधील या फरकामुळे, पूर्ण झालेल्या कामाच्या गुणवत्तेत आणि सामग्रीमधील (content) फरक स्पष्ट होतो. नियमांनुसार चांगले कर्म करणे आणि तत्त्वांनुसार चांगले कर्म करणे यात फरक आहे. तत्त्व जरी चुकीचे असले तरी त्याअंतर्गत केलेले काम जबाबदारीचे, जाणीवेचे आणि महत्त्वाचे असू शकते. त्याचप्रमाणे, नियम योग्य असू शकतो आणि त्या अंतर्गत केलेले कार्य किंवा कृती (machanical) यांत्रिक असू शकते. कोणतीही धार्मिक कृती ही योग्य कृती असू शकत नाही परंतु या कृतीची

जबाबदारी असली पाहिजे. या जबाबदारीमुळेच धार्मिक कृतीचा विचार तत्त्वात केला जाईल, तो नियम म्हणून मानला जाऊ शकत नाही आणि ही कृती नियमात बिघडली की त्याचे धार्मिक स्वरूप संपते, कारण नियमानुसार, धर्माचा जबाबदारीवाला अत्यावश्यक घटक त्यातून नाहीसा होतो.

हिंदू धर्म म्हणजे काय ? तो तत्त्वांचा संच (set of principles) आहे की नियम आणि कायद्यांचा संग्रह (code of rules) आहे ? वेद आणि स्मृतींनुसार हिंदू धर्म म्हणजे पशुबळी, सामाजिक, राजकीय आणि स्वच्छते नियम आणि बंधने आहेत. सर्व काही खिचडीसारखे आहे. हिंदू ज्याला धर्म म्हणतात ते काही आदेश आणि निर्बंधाचा (commands and prohibitions) ढीग आहे. हिंदू धर्म हा खरा धर्म नाही ज्यात आध्यात्मिक तत्त्वे आहेत आणि जगाच्या सर्व समुदायांसाठी नेहमीच आणि प्रत्येक कामासाठी सर्वत्र (universal) उपयुक्त आहे. हे तत्त्व हिंदू धर्मात अस्तित्वात नाहीत, आणि जरी ते कमी असले तरी ते हिंदूंच्या जीवनात कोणतीही निर्णायक भूमिका (governing part) बजावत नाहीत. हिंदूंच्या जीवनावर कोणताही परिणाम दिसून येत नाही. हिंदूसाठी, वेद आणि स्मृतींमध्ये 'धर्म' हा शब्द ज्या प्रकारे वापरला गेला आहे आणि त्याचा अर्थ लावणाऱ्यांनी स्पष्ट केला आहे, यावरून हे स्पष्ट होते की हिंदूसाठी धर्माचा अर्थ 'व्यवस्था आणि बंधन' आहे. वेदांमध्ये 'धर्म' या शब्दाचा अर्थ आहे धार्मिक नियम किंवा परंपरा.

जैमिनी या तत्त्ववेत्त्याने त्यांच्या 'पूर्व मीमांसा' या ग्रंथात धर्माची व्याख्या एक इच्छित ध्येय किंवा परिणाम म्हणून केली आहे, जे वेदांमध्ये (passases) सांगितलेले आहे, किंवा ज्याला वेदांमध्ये निर्देशित केले आहे ते असे म्हणता येईल की हिंदू ज्याला धर्म म्हणतात प्रत्यक्षात कायदा किंवा अध्यादेशांची (code of ordinances) संहिता, मी अशा कायदेशीर अध्यादेशांना धर्म मानण्यास नकार देतो.

हिंदूंचा हा कायदेशीर संग्रह एक धर्म म्हणून चुकीचा मांडला गेला आहे, त्यातले पहिले वाईट म्हणजे ते माणसाचे नैतिक जीवन (moral life) आणि तर्क आणि तर्क वापरण्याचे स्वातंत्र्य नष्ट करते. वरून लादलेल्या नियमांचा तो गुलाम राहतो. यामध्ये कोणाच्याही आदेशावर निष्ठा नसून केवळ नियम व आदेशांचे पालन करणे आवश्यक आहे. याशिवाय त्याचे सर्वात मोठे वाईट म्हणजे जे नियम पूर्वी लागू होते ते आजही लागू आहेत आणि भविष्यातही तेच नियम लागू राहतील. तसेच, नियम अन्यायकारक आणि अन्यायकारक आहेत कारण ते सर्व वर्गांसाठी समान लागू नाहीत. आता हे नियम कायमस्वरूपी झाल्यामुळे हा अन्यायही

(perpetual) शाश्वत म्हणजेच कायमचा झाला आहे, म्हणजेच भावी पिढ्यांनाही असाच त्रास सहन करावा लागणार आहे. आक्षेप यावर नाही की ही व्यवस्था आवतारी पुरूषांनी किंवा कायदातज्ञाने (final and fix) आणि निश्चित करण्यात आली आहे, यावर आहे.

माणसाच्या मनातील आनंद एकसमान नसतो. ती व्यक्तीची दशा आणि परिस्थितीनुसार बदलते. मनाची आवस्था वेगवेगळया वेळी व्यक्तीपरत्वे बदलते. ही परिस्थिती असताना, मानवी समाज आणि या शाश्वत व्यवस्थांना सहन करताना लुळा पांगळा (crampet and cripple) आणि त्यात अडकला जाणार नाही, असे होणार नाही.

अशाने तर तो निश्चितच पंगू होईल. त्यामुळे अशा धर्माला सपंवले पाहिजे, असे म्हणण्यास मला अजिबात संकोच वाटत नाही. मी म्हणेन की अशा धर्माचा नाश करणे हे अधर्म किंवा पाप मानले जाणार नाही. किंबहुना, या फसव्या चेहऱ्याला किंवा धर्माचा मुखवटा काढून टाकणे गरजेचे आहे. या निर्बंधांना धर्म असे चुकीचे लेबल लावून जे खोटे पसरवले जात आहे ते दूर करणे हे आपले परम कर्तव्य आहे असे मला वाटते. हा मुखवटा फेकून देणे तुमच्यासाठी खूप महत्वाचे आहे. एकदा तुम्ही लोकांच्या मनातून हा गैरसमज काढून टाकला आणि त्यांना हे समजण्यास सक्षम केले की त्यांना धर्म म्हणून सांगण्यात आलेली व्यवस्था हा धर्म नसून केवळ नियम आणि नियमांचा समूह आहे. इतर नियमांप्रमाणे, हे देखील आपल्या वापरानुसार सुधारित किंवा बदलले जाऊ शकतात. यासाठी त्यांना प्रेरणा देऊ शकते. याला लोक धर्म समजतात त्यामुळे तो बदलल्या जाऊ शकत नाही असा लोकांचा विश्वास असतो. कायदा बदलला जाऊ शकतो, धर्म नाही, असा लोकांचा विश्वास आहे. म्हणून, जोपर्यंत लोक धर्मग्रंथातील आदेश आणि नियमांना धर्म मानत राहतील, तोपर्यंत त्यांना त्यात कोणताही बदल मान्य होणार नाही, परंतु ज्याला ते आपला धर्म मानतात तो धर्म नसून एक कायदा आहे, हे त्यांना समजताच ते सहमत होतील आणि ते बदलण्यास तयार होतील कारण त्यांना माहित आहे आणि विश्वास आहे की कायदा बदलला जाऊ शकतो.

२४.

धर्म आणि पुरोहित यांचे नवीन स्वरूप काय असावे?

नियम आणि नियमांनी भरलेल्या धर्मावर मी टीका करतो तेव्हा माझ्या मते मानवी जीवनात धर्माची गरज नाही असे समजू नये. याउलट विचारवंत बर्फ यांच्या या विधानाशी मी पूर्णपणे सहमत आहे, ते म्हणतात, 'खरा धर्म हा समाजाचा पाया (foundation of society) आहे, ज्यावर खरे नागरी शासन (civil government) अवलंबून असते आणि ज्याला समाजाची मान्यता आहे. म्हणून जेव्हा मी आग्रह धरतो की जीवनाच्या परंपरागत नियमाच्या धर्माला (religion of rules) नष्ट करावे तर त्यावेळी मी त्यासाठी उत्सुक असतो की नियमांच्या धर्माच्या जागी सिद्धांताचा धर्म (religion of principles) स्थापित व्हावा. फक्त असा धर्म हा खरा धर्म आहे असल्याचा दावा करू शकतो. धर्म मनुष्यासाठी आवश्यक आहे असे मी मानतो. म्हणून मी आपणास सांगू इच्छितो की धर्मात सुधारणा करणे एक आवश्यक कार्य किंवा बाजू मानतो. माझ्या मते धर्मात सुधारणा खालीलप्रमाणे करायला हव्यात.

१. हिंदू धर्माचा एकच आणि एकच अस्सल धार्मिक ग्रंथ असावा, जो सर्व हिंदूंनी स्वीकारला पाहिजे आणि सर्व हिंदूंनी मान्यता दिली पाहिजे. याचा अर्थ हिंदू धर्मातील इतर सर्व पुस्तके, जसे की वेद, शास्त्र, पुराणे, जे पवित्र, अस्सल मानले जातात आणि त्यांना आदेश देण्याचा अधिकार आहे, त्यांची धार्मिक मान्यता कायद्याने रद्द करण्यात यावी, त्यांच्यावर बंदी घालावी आणि या पुस्तकांचा प्रचार-प्रसार बंद व्हावा. त्यात लिहिलेल्या सामाजिक आणि धार्मिक शिकवणी हा दंडनीय गुन्हा मानला पाहिजे.

२. हिंदूंचा पुरोहित (priestihood) व्यवसाय नाहीसा झाला तर फार चांगले होईल. परंतु हे अशक्य वाटते, म्हणून पौरोहित्यातील (heredity) वंशपरंपरागत प्रथा बंद करणे आवश्यक आहे. हिंदू असल्याचा दावा करणाऱ्या प्रत्येक पुरुषाला पुरोहित बनण्याचा अधिकार असला पाहिजे. सरकारने ठरवून दिलेल्या परीक्षेत उत्तीर्ण

झाल्याशिवाय आणि सरकारकडून पौरोहित्य करण्याचे प्रमाणपत्र, सनद किंवा परवाना असल्याशिवाय कोणताही हिंदू धर्मगुरू होऊ शकणार नाही, असा कायदा असावा.

३. ज्या पुरोहिताकडे परवाना, प्रमाणपत्र किंवा सनद नसेल त्याने केलेल्या विधी, कोणताही संस्कार किंवा धार्मिक विधी बेकायदेशीर मानले जावे आणि ज्याच्याकडे सनद नसेल, त्याच्यासाठी पुरोहिताचे कार्य दंडनीय अपराध मानले जावे.

४. पुजारी हे सरकारचे कर्मचारी असावेत आणि ते सामान्य नागरिकांप्रमाणेच देशाच्या कायद्यानुसार असावेत, सोबतच राज्य कर्मचाऱ्याप्रमाणे ते आचरण, विश्वास आणि पूजेच्या बाबतीत सरकारच्या कायद्यानुसार असायला हवे.

५. भारतीय नागरी सेवा अधिकाऱ्यांप्रमाणे, पुरोहितांची संख्या देखील सरकारने गरजेनुसार मर्यादित केली पाहिजे.

काही लोकांना माझे हे शब्द उग्र (radical) आणि (revolutionary) क्रांतिकारी वाटतील, पण माझ्या समजुतीनुसार त्यात क्रांतिकारक असे काहीच नाही. भारतातील जवळजवळ सर्व व्यवसाय नियमांनुसार चालतात. डॉक्टर, अभियंता आणि वकिलांना त्यांचा व्यवसाय सुरू करण्यापूर्वी पदवी प्राप्त करावी लागते आणि त्यानंतरच त्यांना व्यवसाय सुरू करण्याची परवानगी दिली जाते. त्यांच्या संपूर्ण कारकिर्दीत, या लोकांना केवळ देशाच्या दिवाणी आणि फौजदारी कायद्यांचेच पालन करावे लागत नाही तर त्यांना त्यांच्या संबंधित व्यवसायांचे विशेष नियम आणि नैतिक शिस्त देखील पाळावी लागते. परंतु हिंदू पुरोहिताचा व्यवसाय हा एकमेव असा व्यवसाय आहे जो कोणत्याही प्रकारच्या शिस्तीच्या अधीन नाही, हा एकमेव व्यवसाय आहे जो कोणत्याही कायद्याच्या अधीन नाही आणि त्याला कोणतेही बंधन नाही. यामध्ये व्यावसायिक शिस्तीची आणि प्रगल्भतेची (proficiency) गरज नाही. मानसिकदृष्ट्या पुजारी देखील मूर्ख असू शकतो. शारीरिकदृष्ट्या पुजारी सिफिलीस किंवा गोनोरिया या दुर्धर (foul) रोगाने ग्रस्त असू शकतो. तो नैतिकदृष्ट्या भ्रष्ट चरित्राचा किंवा दिवाळखोर असू शकतो. परंतु हे सर्व असूनही हिंदूंचे धार्मिक विधी पार पाडण्याबरोबरच देव्हाऱ्यात जाऊन देवांची पूजा करण्यासाठी ते पूर्णतः पात्र मानले जातात. हे सर्व हिंदूंमध्ये शक्य आहे कारण पुरोहितासाठी पुरोहित जातीत जन्म घेणे पुरेसे आहे.

त्यामुळे ही संपूर्ण व्यवस्था द्वेषाला पात्र आहे आणि त्यामुळेच हिंदूंचा पुरोहित वर्ग ना कोणत्याही कायद्याला बांधील आहे, ना तो कोणत्याही नैतिक शिस्तीत बांधील आहे. पुरोहितासाठी कोणतेही विहित कर्तव्य नाही. त्यासाठी कर्तव्ये ठरवलेली नाहीत, त्यामुळे त्यांचा विचारही करता येत नाही. त्याला फक्त अधिकार आणि विशेषाधिकारांची माहिती असते. हा असा परोपजीवी किडा आहे की समाजाच्या मानसिक आणि

नैतिक शोषणासाठी देवांनी मोकळे सोडला आहे. त्यामुळे मी वर सांगितल्याप्रमाणे कायदा करून पुरोहित वर्गावर अंकुश ठेवणे अत्यंत आवश्यक आहे. असे झाल्यास हा वर्ग जनतेची दिशाभूल करून नुकसान करू शकणार नाही. कायदा झाल्यानंतर या व्यवसायाचा मार्ग सर्वांसाठी खुला झाल्याने प्रत्येकाला पुजारी बनण्याची संधी मिळेल आणि पुरोहित व्यवसायाला लोकशाही स्वरूप प्राप्त होईल. अशा कायद्यामुळेच ब्राह्मणवाद संपण्यास मदत होईल आणि जातिव्यवस्था संपण्यासही मदत होईल कारण ब्राह्मणवाद हाच जातिव्यवस्थेची जननी आहे. ब्राह्मणवादाच्या विषाने हिंदू समाजाला बर्बाद केले आहे, म्हणून ब्राह्मणवाद संपवून तुम्ही हिंदू धर्माचे रक्षण आणि पुनरुज्जीवन करू शकता. माझ्या या सुधारणांवर कोणाचाही आक्षेप किंवा विरोध नसावा. आर्य समाजानेही याचे स्वागत केले पाहिजे कारण ते त्यांनी स्वीकारलेल्या 'गुणकर्म' या तत्त्वाशी सुसंगत आहे आणि त्याचेच एक रूप आहे.

तुम्ही जरी या सुधारणा अंमलात आणल्या तरी तुमच्या धर्माला एक नवीन सैद्धांतिक आधार (doctrinal) नक्कीच द्यावा लागेल, जो स्वातंत्र्य, समता, बंधुता याला अनुसरून (liberty, equility fraternity) असेल, म्हणजेच तो आधार लोकशाहीचा (democratic) असावा. मी या विषयातील अधिकृत तज्ञ नाही, पण माझ्या ज्ञानाच्या आधारे मी तुम्हाला सांगू शकतो की हा आधार बनवण्यासाठी तुम्हाला कोणत्याही परकीय शास्त्राचा आश्रय घेण्याची गरज नाही, तर हे तत्व तुमच्याच उपनिषदांमध्ये आहे. होय, हे खरे आहे की या मूलभूत पायासाठी, आपल्याला उपनिषदांमध्ये दिलेली कच्ची माहिती संपादीत करावी लागेल आणि ती फारशी न संपादीत न करता तिला नवीन रूप द्यावी लागेल. याचा अर्थ जीवनाच्या मूलभूत संकल्पनेत बदल असा होईल. याचा अर्थ जीवनाच्या मूल्यांमध्ये संपूर्ण बदल होईल आणि याचा अर्थ मानव आणि वस्तूंच्या वर्तन आणि वृत्तीमध्ये (outlook and attitude) संपूर्ण बदल होईल. याचा अर्थ धर्मांतर (conversion) होईल पण तुम्हाला तो शब्द आवडत नसेल तर मी म्हणेन की याचा अर्थ संपूर्ण नवीन जीवन असेल. परंतु मृत शरीरात नवीन जीवन प्रवेश करू शकत नाही. नवीन जीवनासाठी नवीन शरीराची आवश्यकता असेल. सोप्या शब्दात असे म्हणता येईल की नवीन जीवन अस्तित्वात (enliven) यावे आणि त्यात नवीन जीवन प्रवेश करून स्पदंन (to pulsate) निर्माण करू शकेल, त्यासाठी जुने शरीर मरणे फार महत्वाचे आहे. माझे म्हणणे असे आहे की तुम्ही शास्त्राचे आदेश नाकारून धर्मग्रंथांना धर्म नष्ट करावे.

२५.

हिंदूंने विचार करावा असे काही प्रश्न

मी तुमचा बराच वेळ घेतला आहे त्यामुळे माझे भाषण संपवणे योग्य होईल. मी इथेच थांबणे योग्य ठरेल पण हिंदूसाठी अत्यंत खोल आणि महत्त्वाच्या या विषयावरील हिंदू श्रोत्यांसमोर माझे हे शेवटचे भाषण असेल. माझे भाषण संपवण्याआधी, जर हिंदूंनी मला परवानगी दिली, तर मी काही प्रश्न मांडू इच्छितो जे मला जीवन-मरणाइतके (vital) महत्त्वाचे वाटतात आणि त्यांचा गांभीर्याने विचार करण्याचे आवाहन करतो.

जगातील विविध लोकांमध्ये आढळणाऱ्या श्रद्धा, उपासना, सवयी, स्वभाव, नैतिकता आणि जीवनाचा दृष्टिकोन या सर्व गोष्टींबद्दल मानववंशशास्त्रज्ञांचे शांत आणि सौम्य मत स्वीकारणे पुरेसे आहे का, याचा विचार हिंदूंनी करायला हवा या गोष्टी व्यक्तिपरत्वे भिन्न असतात, त्याबद्दल काही सांगण्याची गरज नाही का, मानवी समाजात कोणत्या प्रकारची श्रद्धा, वागणूक, स्वभाव, विचार, नैतिकता आणि दृष्टीकोन आहे मानव समाजासाठी फायदेशीर आणि उत्कृष्ट कार्य प्रदान केले आहे. आणि उत्तम कार्य केले. ज्या लोकांमध्ये हे लोक उपस्थित होते त्यांनी त्यांना वाचन, लेखन, विकास, मानवी समाजाला बळकट करण्यासाठी, पृथ्वीची लोकसंख्या आणि त्यावर साम्राज्ये स्थापन करण्यास सक्षम केले आहे. प्रा. कार्व्हर म्हणतात त्याप्रमाणे, 'नैतिकता आणि धर्म जो नैतिक सहमती आणि असहमतीची एकी युती दर्शविण्यासाठी नैतिकता (morality), व धर्माची लढाईत उपयोगात आणण्यात येणाऱ्या साधनाच्या रूपात त्याप्रकारे घेतले पाहिजे, जसे की हल्ला करणे आणि बचावासाठी हत्यार म्हणून पंजे, नखे, शिंगे आणि खुर, चोच आणि पंख यांचा उपयोग केला जातो. अशा सामूहिक गटांचा, जमातींचा आणि राष्ट्रांचा शेवटी नाश होतो जे नैतिकतेची अशी एक निरूपयोगी योजना आखतात जी लागू केली जाऊ शकत नाही. किंवा समाजाला कमकुवत आणि अस्तित्वात

रहाण्यासाठी अयोग्य बनवते की सवयीमुळे स्वीकृतीची भावना निर्माण करते. उलट असे सामाजिक काम जे त्यांना बळकटी देतात आणि त्यांना विकसित होण्यास मदत करतात आणि त्यांना सवय असल्यामुळे त्यांच्यात नकाराची भावना निर्माण करतात आणि शेवटी जगण्याच्या संघर्षात नष्ट होतात. ही या समाजांची आवड किंवा नापसंत करण्याची सवय, जी धर्म आणि नैतिकतेचा परिणाम आहे, जी कोणत्याही समुदायाला किंवा राष्ट्राला पंगू बनवते. जसे की माशीच्या अंगावर दोन पंख असावेत आणि दुसरीकडे पंखच नसतील तर माशी उडू शकत नाही.

एक व्यवस्था चांगली असेल तर दुसरीही चांगली असेल असा युक्तिवाद करणे निरुपयोगी आहे. त्यामुळे नैतिकता आणि धर्म हा केवळ आवडी-निवडीचा विषय नाही. नैतिकतेची योजना आणि न्याय प्रणाली जी संपूर्ण देशाला जगातील सर्वात शक्तिशाली देश बनवू शकेल. तुम्हाला आवडत नसताना असे राष्ट्र शक्तीशाली होईल. नैतिकता आणि न्यायाच्या आदर्शांची व्यवस्था तुम्हाला खूप आवडेल ती जर देशभर लागू केली गेली तर राष्ट्रांच्या अस्तित्वाच्या लढ्यात ते राष्ट्र कुचकामी ठरेल. तुमची इच्छा आणि प्राधान्ये असूनही, तो देश शेवटी नाहीसा होईल. त्यामुळे हिंदू समाजाने समाजाचे अस्तित्व टिकवण्याच्या दृष्टिकोनातून आपला धर्म आणि नैतिकता तपासली पाहिजे.

दुसरी गोष्ट म्हणजे हिंदू समाजाने विचार केला पाहिजे की त्यांनी आपल्या परंपरेचा संपूर्ण सामाजिक वारसा (social heritage) जपायला हवा की उपयुक्त आहे तेच निवडून येणाऱ्या पिढ्यांकडे सोपवला पाहिजे, त्यापेक्षा जास्त नाही. प्रो. कोलंबिया युनिव्हर्सिटीमध्ये माझे गुरू असलेले ड्यूई आणि ज्यांचा मी मनापासून ऋणी आहे, त्यांनी म्हटले आहे की, 'प्रत्येक समाज मृत आणि विकृत, जुन्या पद्धतीच्या क्षुल्लक गोष्टींनी दबलेला असतो. जर आधुनिक आणि पुरोगामी विचारांचा प्रकाश समाजात पसरतो, समाजाला याची जाणीव होते की आपल्याकडे असणारं सर्व काही पुढील पुढीकडे जसेच्या तसे सोपवू नये. अशा गोष्टी सुपूर्द करणे योग्य ठरेल, ज्यातून एक चांगला भावी समाज घडू शकेल." फ्रेंच राज्यक्रांतीला आधार देणाऱ्या परिवर्तनाच्या तत्त्वांना बर्क हे मान्य करण्यास विवश झाले होते की 'कोणतेही सरकार बदलाच्या साधनांपासून वंचित असेल, तर त्याच्या अभावामुळे त्याचे अस्तित्व टिकून रहाण्याची शक्यता नसते. अशा संसाधनांमुळे सरकारला संविधानाचा तो भाग गमावण्याचा धोका असतो जो त्याला कोणत्याही किंमतीवर वाचवायचा असतो." बर्क यांचे सरकारबद्दलचे विधान समाजालाही तितकेच लागू होते.

तिसरी गोष्ट अशी की, हिंदू समाजाने हा विचार केला पाहिजे की त्यांनी जुन्या काळाची पूजा करणे थांबवावे की नाही, जे त्यांचे आदर्श आहेत, केवळ पूर्वीच्या पूजेचा काय परिणाम होतो, याबद्दल ड्यूईने अगदी बरोबर म्हटले आहे, 'एक व्यक्ती केवळ वर्तमानात जगू शकतो, वर्तमानाचा अर्थ केवळ असा नाही की तो भूतकाळानंतर येतो. भूतकाळाने निर्माण केलेली वस्तू म्हणजे वर्तमान असा तर त्याचा अजिबात अर्थ नाही. जीवन यात आहे की भूतकाळाला वर्तमानाच्या मागे सोडले जावे. भूतकाळ आणि त्याचे ज्ञान व परंपरा, वारसा त्यावेळी महत्त्वाचा ठरतो ज्यावेळी तो वर्तमानकाळात प्रवेश करतो नाहीतर त्याचे काही महत्त्व नसते. जुनी कागदपत्रे, अवशेष आणि नोंदी करून शिक्षणाचा मुख्य विषय बनवून, भूतकाळ चुकून वर्तमानाला विरोध करतो आणि वर्तमान हे कमी-अधिक प्रमाणात भूतकाळाचे निष्फळ अनुकरण (futule imitation) बनते.' तो सिद्धांत जो जगण्याच्या आणि प्रगतीच्या वर्तमान कामाला कमी महत्त्व देतो आणि कमी लेखतो तो साहजिकच वर्तमानाला रिकामा आणि भविष्य काळाला फार दूरचा समजतो, असा सिद्धांत प्रगतीमध्ये अडसर (inimical) आणि मजबूत व स्थीर जीवन प्रवाहात बाधक ठरतो.

आणि आता चौथी गोष्ट अशी आहे की हिंदूंनी विचार केला पाहिजे की जगात काहीही स्थिर नाही, काहीही शाश्वत नाही, सर्व काही बदलत आहे, सर्वकाही बदलत आहे, काहीही सनातन नाही, सगळं काही परिवर्तनशील आहे, जगातली प्रत्येक गोष्ट बदलत आहे. बदलत्या समाजात, जुन्या समजुती आणि संस्करामध्ये क्रांतिकारी बदल व्हायला हवेत आणि हिंदूंना याची जाणीव व्हायला हवी की हे जर लोकांच्या कृतींचे मोजमाप करण्यासाठी निकष आवश्यक असतील तर त्यांनी ते निकष बदलण्यास किंवा सुधारण्यासाठी देखील तयार असले पाहिजे.

२६.

जातीव्यवस्था उखडून टाकण्याची गरज आहे

माझे बोलणे फार लांबले आहे हे मी मान्य करतो. भाषणाच्या लांबीच्या कमतरतेची भरपाई भाषणाच्या विषयाची व्यापकता आणि गांभीर्य कितपत होते हे आता तुम्हीच ठरवा. मी फक्त असा दावा करतो की मी माझे मत प्रांजळपणे (candidly) तुमच्यासमोर मांडले आहे, मी तुम्हाला ते स्वीकारण्यास सांगू शकत नाही, परंतु तुमच्या भविष्याची काळजी घेण्यासाठी मी तुम्हाला त्यांचा खोलवर अभ्यास करण्यास सांगतो. जर तुम्ही मला तसे म्हणण्याची परवानगी दिली तर मी असे म्हणेन की हे विचार अशा व्यक्तीचे विचार आहेत जो कोणत्याही अधिकाराच्या किंवा सत्तेच्या हातातील कठपुतळी (tool) नाही किंवा कोणत्याही मोठ्या लोकांची (flaterer) खुशामत करणारा नाही. हे त्या व्यक्तीचे विचार आहेत ज्यांचे संपूर्ण आयुष्य गरीब आणि दीनदुबळयांच्या मुक्ततेसाठी संघर्ष करण्यात गेले. पण ज्याला राष्ट्रीय वृत्तपत्रे, मासिके आणि राष्ट्रीय नेत्यांकडून सतत खोटे आरोप (calumny and abuse) आणि शिवीगाळ करण्याशिवाय दुसरे काहीही मिळाले नाही. अशा बक्षीसाचे एकमेव कारण म्हणजे मी त्याच्या चमत्कारात भाग घेण्यास सहमत नाही (याला फसवणूक किंवा फसवणूकीचे कृत्य म्हणून मी तुम्हाला नाराज करू इच्छित नाही). जुलमींच्या पैशाने शोषितांची मुक्तता आणि श्रीमंतांच्या पैशाने गरिबांची उन्नती या चमत्कारात माझा सहभाग नव्हता. मी त्या वृत्तपत्रांना आणि नेत्यांना पाठिंबा देण्यास नकार दिला.

माझ्या मतांना महत्त्व देण्यासाठी हे सर्व पुरेसे नाही आणि मला हे देखील माहीत आहे की यामुळे तुमचे मत बदलण्याची शक्यता नाही पण तुमची मते बदलतात की नाही हे सर्वस्वी तुमच्यावर अवलंबून आहे. मी म्हणतो त्याप्रमाणे नसले तरी तुम्ही तुमच्या पद्धतीने जातिव्यवस्था उखडून टाकण्याचे प्रयत्न नक्की करावे. मी तुम्हाला साथ देऊ शकणार नाही याची मला खंत आहे. मी परिवर्तन (धर्मपरिवर्तन) करण्याचा

निर्णय घेतला आहे आणि त्याची कारणे सांगण्यासाठी हे योग्य ठिकाण आणि प्रसंग नाही, परंतु मी जर तुमच्या धर्मातून बाहेर जरी गेलो तरी मी तुमच्या हालचाली कुतूहलाने आणि सहानुभूतीने पाहत राहीन. आणि मला जे काही करता येण्यासारखे आहे, ते मी जरूर करेल. तुमचा उद्देश राष्ट्रीय भावनेशी संबंधित आहे. यात शंका नाही की जातिव्यवस्था ही मुख्यतः हिंदूंची समस्या आहे कारण हिंदूंनी संपूर्ण वातावरण गलिच्छ केले आहे, ज्यामुळे शीख, मुस्लिम, ख्रिश्चन सर्व त्रस्त आहेत. त्यामुळे या सांसर्गिक आजाराने त्रस्त असलेल्या सर्व लोकांकडून तुम्हाला पाठिंबा मिळेल अशी आशा आहे. ज्याप्रमाणे स्वराज्याच्या म्हणजेच देशाच्या स्वातंत्र्याच्या लढाईत संपूर्ण राष्ट्र एकत्र येते, पण देशाच्या स्वातंत्र्याच्या प्रश्नापेक्षा तुमचे उद्दिष्ट अवघड आहे. जातीव्यवस्थेच्या विरोधात युद्धात तुम्हाला संपूर्ण राष्ट्राविरुद्ध लढायचे आहे आणि तेही एकट्याने पण स्वराज्याच्या चळवळीपेक्षा हे महत्त्वाचे आहे. स्वराज्य प्राप्त झाले तरी त्याचे रक्षण करण्यास आपण सक्षम असल्याशिवाय त्याचा फायदा होणार नाही. स्वराज्यात स्वराज्य मिळवण्यापेक्षा हिंदूंचे संरक्षण महत्त्वाचे आहे. माझ्या मते, हिंदू समाज जातिव्यवस्थेपासून मुक्त झाला तर त्याला स्वतःचे संरक्षण करण्यासाठी पुरेसे सामर्थ्य मिळेल. या आंतरिक शक्तीशिवाय हिंदूंसाठी स्वराज्य हे गुलामगिरीच्या दिशेने एक पाऊल ठरेल. तुमच्या यशासाठी मी तुम्हाला शुभेच्छा देतो, अलविदा !

परिशिष्ट-१

महात्मा गांधींनी जातिव्यवस्थेच्या बाजूने केलेले (vindication) समर्थन: गांधीजींनी संपादित केलेल्या 'हरिजन' वृत्तपत्रात त्यांचे तीन लेख प्रकाशित झाले.

१. डॉ. आंबेडकरांचे आरोप

वाचकांनी हे लक्षात ठेवले पाहिजे की गेल्या मे १९३६ मध्ये लाहोर येथील जात-पात तोडक मंडळाच्या वार्षिक संमेलनाचे अध्यक्ष डॉ. आंबेडकर होणार होते. पण ती परिषद रद्द करण्यात आली कारण डॉ. आंबेडकरांचे अध्यक्षीय भाषण त्यांच्या स्वागत समितीला मान्य नव्हते. त्यांचे हे भाषण स्वागत समितीला अयोग्य वाटले असेल, पण प्रश्न पडतो की स्वागत समितीने त्यांना स्वतःच्या इच्छेने अध्यक्ष म्हणून निवडणे आणि नंतर केवळ भाषणामुळे त्यांना अध्यक्षपद नाकारणे कितपत न्याय्य आहे ? हिंदू धर्मग्रंथ आणि जातिव्यवस्थेबाबत डॉ. आंबेडकरांचे विचार समितीला चांगलेच ठाऊक होते. डॉ. आंबेडकरांनी काही दिवसातच हिंदू धर्म सोडणार असल्याचे अगदी स्पष्ट शब्दात जाहीर केले होते हेही समितीला माहीत होते. डॉ.आंबेडकरांनी जे भाषण तयार केले त्यापेक्षा समितीला त्यांच्याकडून काही कमी अपेक्षित नसावे. समाजात स्वतःसाठी विशेष स्थान निर्माण केलेल्या व्यक्तीचे मूळ विचार ऐकण्याची संधी स्वागत समितीला द्यायची नव्हती, असे दिसते. भविष्यात डॉ. आंबेडकरांनी त्यांच्या नावापुढे कोणतेही धार्मिक लेबल लावले तरी ते आता समाज आणि स्वतःलाही विसरतील अशी व्यक्ती राहिलेले नाहीत.

डॉ. आंबेडकर हे स्वागत समितीकडून पराभव मान्य करणारी व्यक्ती नव्हती. त्यांनी स्वखर्चाने भाषण छापून त्यांचे अध्यक्षपद रद्द करण्याचे उत्तर दिले. भाषणाची किंमत त्यांनी आठ आणे ठेवली आहे. मी ही किंमत दोन आणे किंवा जास्तीत जास्त चार आणे कमी करण्याचा सल्ला देईल. कोणताही समाजसुधारक या भाषणाकडे

दुर्लक्ष करू शकत नाही. पुराणमतवादी लोकांनाही हे वाचून फायदा होईल. पण याचा अर्थ असा नाही की भाषणात आक्षेप घेण्यास वाव नाही. त्यात गंभीर आक्षेप घेण्यास वाव असेल तर ते जरूर वाचावे. डॉ. आंबेडकर हे हिंदू धर्मासाठी (challange heritage) आव्हान आहेत. एक हिंदू म्हणून त्यांचे पालन-पोषण झाले, एका हिंदू राजाच्या मदतीने त्यांनी शिक्षण घेतले. डॉ. आंबेडकर सवर्ण हिंदूच्या त्या व्यवहारामुळे त्यांना आणि त्यांच्या समाजाला भोगावे लागले, यामुळे त्यांच्या मनात घृणा उत्पन्न झाली आहे. त्यामुळे त्यांनी हिंदू धर्माचा त्याग करायचे ठरविले आहे, जो त्यांची आणि हिंदूचा वारसा (heritage) होती. त्याच्या अनुयायांच्या एका वर्गाविरुद्धचा तीव्र द्वेष त्यांनी धर्माच्याच विरोधात उभा केला आहे. पण यात आश्चर्य वाटण्यासारखे काहीच नाही. शेवटी, कोणतीही व्यक्ती परंपरा किंवा संस्था तिच्या उत्तराधिकारी आणि नेत्यांच्या वागणुकीवरून ठरवू शकते. शिवाय, डॉ. आंबेडकरांनी निदर्शनास आणून दिले की मोठ्या संख्येने उच्चवर्णीय हिंदू त्यांच्या धर्मातील अस्पृश्यांशी अमानुषपणे वागतात आणि इतकेच नव्हे तर हिंदू हे सगळं त्यांच्या धर्मगंथानुसार असल्याचे सांगतात. डॉ. आंबेडकरांनी या धर्मग्रंथांचा अभ्यास सुरू केला तेव्हा त्यांना हिंदूंचा अस्पृश्यतेवरचा विश्वास आणि त्यामुळे निर्माण झालेल्या समस्या या विरोधात बरेच पुरावे सापडले. भाषणाच्या लेखकाने आपल्या विधानाच्या समर्थनार्थ धर्मग्रंथातील अध्याय आणि श्लोकांची उदाहरणे देऊन तीन आरोप केले आहेत. पहिले, अमानुष वागणूक, दुसरे म्हणजे, अत्याचार करणाऱ्यांनी निर्लज्जपणे त्यांच्या वर्तनाचे समर्थन केले आणि तिसरे म्हणजे असे वर्तन हिंदू धर्मग्रंथातही योग्य समजण्यात आले आहे.

कोणताही हिंदू त्याच्या धर्माला त्याच्या जीवापेक्षा जास्त महत्त्व देतो आणि या आरोपाचे महत्त्व कमी लेखण्याचे धाडस करू शकत नाही. या अमानुष वागणुकीचा तिरस्कार करणारे डॉ.आंबेडकर हे एकटे व्यक्ती नाहीत. ते त्या लोकांपैकी सर्वांत योग्य (ablest) व्यक्ती आहेत आणि कोणत्याही प्रकारची तडजोड करू इच्छित नाही. देवाचे आभार मानतो की आघाडीच्या नेत्यांमध्ये डॉ. आंबेडकर त्यांच्या अद्वितीय स्वभावाने पूर्णपणे एकटे आहेत आणि एका लहान अल्पसंख्याक समूहाचे प्रतिनिधित्व करतात. परंतु ते जे काही म्हणत आहेत, तोच आवाज कमी-अधिक प्रमाणात दलित वर्गातील सर्व नेत्यांकडून उठवला जातो. राम बहादूर एम.सी. राजा आणि दिवाण बहादूर श्रीनिवासन यांनीही केवळ हिंदू धर्म सोडण्याची धमकीच दिली नाही तर मोठ्या संख्येने हरिजनांवर झालेल्या अत्याचाराचा आणि अन्यायाचा बदला घेण्यासाठी त्यांना त्यांच्या धर्माशी संबंधित असल्याची उबदार भावनाही वाटते. अनेक अस्पृश्य नेते

आजही हिंदू धर्मात आहेत. सवर्ण हिंदूने त्यांचा विश्वास आणि व्यवहारात बदल करण्याची गरज आहे. सवर्ण हिंदूंना त्यांच्या श्रद्धा आणि वर्तनात सुधारणा करावी लागेल. सर्व प्रथम, उच्च जातींमधील विद्वान आणि प्रभावशाली लोकांनी त्यांच्या धार्मिक शास्त्रांचा योग्य अर्थ लावला पाहिजे. डॉ. आंबेडकरांनी त्यांच्या आरोपात खालील प्रश्न उपस्थित केले आहेत-

१. धर्मशास्त्र म्हणजे काय ?

२. जे ग्रंथ छापले गेले आहेत ते या धर्मग्रंथांचा एक भाग मानले जावेत किंवा त्यातील कोणताही भाग आक्रमकपणे जोडला जाऊ शकतो आणि तो रद्द किंवा नाकारला जाऊ शकतो.

३. अस्पृश्यता, जातिवाद, विषमता, आपापसातील रोटी-बेटीचे नाते या प्रश्नांना अशा मान्यताप्राप्त आणि स्वीकृत शुद्ध धार्मिक ग्रंथांकडे काय उत्तरे आहेत ? (डॉ. आंबेडकरांनी त्यांच्या भाषणात या सर्व गोष्टी तपासून घेतल्या आहेत) या प्रश्नांची माझी उत्तरे आणि डॉ. आंबेडकरांच्या शोधनिबंधातील काही प्रमुख उणिवांवरील माझ्या प्रतिक्रिया 'हरिजन'च्या पुढील अंकात देण्याचा प्रयत्न करेल.

(हरिजन, ११ जुलै १९३६)

२. जातीव्यवस्थेचा धर्माशी काहीही संबंध नाही

रामायण आणि महाभारतासह वेद, उपनिषदे, स्मृती आणि पुराणांना हिंदूंचे धर्मशास्त्र म्हटले जाते. पण ही यादी अंतिम म्हणजेच पूर्ण नाही. प्रत्येक युग आणि पिढीने त्यात भर टाकली. म्हणून, प्रत्येक छापील हस्तलिखित मजकूर धर्मशास्त्र नसतो. उदाहरणार्थ, स्मृतिमध्ये खूप काही आहे त्यांना कधी देववाणी मानले जाऊ शकत नाही. अशा प्रकारे डॉ. आंबेडकरांनी स्मृतीमधून घेतलेले अनेक श्लोक अस्सल (authentic) मानता येणार नाहीत. जे शाश्वत आहे आणि जे एखाद्याच्या मनाला आकर्षित करून परिवर्तन करतात. अध्यात्मिक अनुभवास उतरत नाहीत आणि तर्कशास्त्राच्या कसोटीवर तपासता येणार नाही अशी कोणतीही गोष्ट ईश्वराचे वचन मानता येत नाही. जेव्हा तुम्हाला या शास्त्रवचनांची अचूक आवृत्ती सापडेल तेव्हा तुम्हाला त्याचा अर्थ लावावा लागेल. सर्वोत्तम टीकाकार (interpreter) कोण आहे ? नक्कीच सामान्य व्यक्ती असू शकत नाही. विद्वत्ता असणे महत्त्वाचे आहे पण त्यावर

धर्म टिकू शकत नाही. धर्म त्याच्या संत आणि द्रष्ट्यांच्या (saint and seers) अनुभवांमध्ये आणि त्यांच्या जीवनात आणि वाणीत असतो. धार्मिक ग्रंथांच्या विद्वान भाष्यकारांना (commentators) लोक पूर्णपणे विसरले असतील, ऋषी-मुनींनी अनुभवाचा संग्रह केला असेल आणि भावी पिढ्यांसाठी ते प्रेरणादायी ठरतील.

जातीव्यवस्थेचा धर्माशी काहीही संबंध नाही. जात ही एक प्रथा आहे ज्याचे मूळ मला माहित नाही आणि माझी आध्यात्मिक भूक भागवण्यासाठी मला जाणून घेण्याची आवश्यकता वाटत नाही. पण मला हे चांगलं माहीत आहे की जात ही अध्यात्मिक आणि राष्ट्रीय विकासासाठी खूप हानिकारक आहे. वर्ण आणि आश्रम या दोन अशा संस्था आहेत ज्यांचा जातीशी संबंध नाही. जातिव्यवस्थेचा नियम आपल्याला हे शिकवतो की प्रत्येक व्यक्तीने आपल्या पूर्वजांचा व्यवसाय चालू ठेवून आपली उपजीविका केली पाहिजे. हे नियम आपल्याला आपल्या हक्कांबद्दल सांगत नाहीत तर आपल्या कर्तव्यांबद्दल सांगतात. वर्ण व्यवस्था ही मूलतः त्या व्यवसायाच्या संदर्भात बनली आहे, जी मानवेतेच्या कल्याणात भर घालीन. याशिवाय दुसरे काही नाही. कोणताही व्यवसाय फार हलका किंवा भारी नसतो हेही या व्यवस्थेतून दिसून येते. सर्व चांगले आहेत, कायदेशीरदृष्ट्या सर्व न्याय्य आहेत आणि सामाजिक दर्जाच्या बाबतीत सर्व समान आहेत. एक ब्राह्मण अर्थात अध्यात्मिक गुरूचा व्यवसाय आणि सफाई (scavenger) कामगाराचा व्यवसाय हे सर्व समान आहेत आणि त्यांची नेमून दिलेली कार्ये देवासमोर समान महत्त्वाची आहेत आणि असे दिसते की कधीकधी त्यांना मनुष्याच्या दृष्टीने समान मोबदला किंवा भरपाई मिळते. ब्राह्मण आणि सफाई कामगार या दोघांनाही उपजीविका मिळवण्याचा अधिकार आहे. आजही या व्यवस्थेच्या सुदृढ परंपरेचे धूसर चित्र काही ठिकाणी खेड्यापाड्यात पाहायला मिळते.

६०० लोकसंख्येच्या एका छोट्या गावात राहून मला असे आढळले की ब्राह्मणांसह विविध व्यवसाय करणाऱ्या लोकांच्या कमाईत फारसा फरक नाही. मला असे दिसते की या सामाजिक अधोगतीच्या काळातही असे काही उत्तम ब्राह्मण आहेत जे मिळेल त्या मोबदल्यात त्यांचे आध्यात्मिक ज्ञान इतरांना देतात. वर्णव्यवस्थेच्या नियमांचे विकृत रूप पाहून वर्णव्यवस्थेच्या तत्त्वाचा न्याय करणे चुकीचे आणि अन्यायकारक ठरेल कारण अनेकदा असे दिसून आले आहे की लोक तिच्या वाईट गोष्टी आणि चुका स्वीकारतात. कोणत्याही वर्णाने आपला वर्ण दुसऱ्या वर्णापेक्षा श्रेष्ठ असल्याचा अभिमान बाळगणे म्हणजे वर्णव्यवस्थेच्या कायद्याला विरोध करणे होय आणि अस्पृश्यता धर्मानुसार आहे हे सिद्ध करणारा असा कोणताही पुरावा वर्णव्यवस्थेत नाही. हिंदू

धर्माचे सार तत्त्व (essence of hinduism) एक आणि फक्त एकच परमात्मा समजण्यात तसेच अहिंसेला मानवी कुटूंबाचा नियम म्हणून या वीरतापूर्ण स्वकृती देण्यात दडलेला आहे. माझ्या हिंदू धर्माच्या या व्याख्येवर डॉ. आंबेडकरांशिवाय इतरही अनेकजण आक्षेप घेतील हे मला माहीत आहे. पण यामुळे माझ्यावर काही फरक पडणार नाही. हेच विवेचन आहे ज्याच्या आधारे मी माझे आयुष्य जवळजवळ पन्नास वर्षे घालवले आहे. आणि धारणा माझ्या जीवनात समाविष्ट करण्याचा आणि नियमित ठेवण्याचा प्रयत्न केला आहे.

माझ्या मते, डॉ. आंबेडकरांनी त्यांच्या भाषणात केलेली सर्वात मोठी चूक म्हणजे संशयास्पद (doubtful authenticity) पुरावे गोळा करणे आणि जातीयवादी हिंदूंना डोळ्यासमोर ठेवणे ही आहे. कारण ते तथाकथित उच्चवर्णीय हिंदू ज्या धर्माचे अनुयायी असल्याचा दावा करतात तो अधःपतन (degraded) झालेला निकृष्ट (woefully misrepresent) हिंदू आहे जे धर्माचे खरे उदाहरण नाही. डॉ. आंबेडकरांनी धर्माचा न्यायनिवाडा ज्या निकषांच्या आधारे केला आहे त्या निकषानुसार अस्तित्त्वात असलेले सर्व धर्म अपयशी ठरतील. आपल्या अभ्यासपूर्ण भाषणात विद्वान डॉ. आंबेडकरांनी ही बाब अत्यंत अतिशयोक्तीपूर्ण असल्याचे सिद्ध केले आहे. जो धर्म चैतन्य, ज्ञानदेव, तुकाराम, तिरूवल्लुवर, रामकृष्ण परमहंस, राजा राममोहन रॉय, महर्षी देवेंद्रनाथ टागोर, विवेकानंद आणि इतर अनेक महापुरूषांनी पाळला, त्याला डॉ. आंबेडकरांनी आपल्या भाषणात म्हटल्याप्रमाणे काही योग्यता नाही का ? कोणत्याही धर्माला चांगले किंवा वाईट त्याच्या वाईट उदाहरणावरून नाही तर त्याच्या उत्तम त्याच्या सर्वोत्तम परिणामांवरून ठरवले जावे. जर आपण त्यात सुधारणा करू शकत नसाल तर फक्त अशा निकषाची अपेक्षा केली जाऊ शकते.

(हरिजन, १८ जुलै १९३६)

३. वर्ण विरूद्ध जात

जात-पात तोडक मंडळ, लाहोरचे श्री संतरामजी यांची ही टिप्पणी मी प्रकाशित करावी असे त्यांना वाटते. जात-पात तोडक मंडळ, आणि डॉ. आंबेडकरांच्या संदर्भात तुमची (गांधीजींची) टिप्पणी मी (संतराम) वाचली. याबाबत मला ही विनंती करायची आहे.

आम्ही आमच्या परिषदेच्या अध्यक्षतेसाठी डॉ. आंबेडकरांना जे आमंत्रण दिले

होते, ते दलित वर्गाचे होते म्हणून नाही कारण आम्ही हिंदूंमध्ये स्पृश्य आणि अस्पृश्य असा भेदभाव करत नाहीत. असे असूनही आम्ही त्यांना निवडले कारण हिंदू जातीचा जीवघेणा (fatel) रोग बरा करण्याचा विचार त्यांचा आणि आमचा सारखाच आहे. म्हणजेच जातिव्यवस्था हिंदूच्या विभाजनाचे आणि पतनाचे (disruption and downfall) मूळ कारण आहे. डॉ. आंबेडकरांनी पीएच. डी. साठी लिहिलेल्या संशोधन प्रबंधाचा विषय जातिव्यवस्था हा असल्याने त्यांनी या विषयाचा सखोल अभ्यास केला आहे. जातीव्यवस्था निर्मूलनासाठी हिंदूंना पुढे येण्यास प्रवृत्त करणे हा आमच्या परिषदेचा मुख्य उद्देश होता. परंतु सामाजिक आणि धार्मिक बाबतीत कोणत्याही अहिंदूच्या बोलण्याचा त्यांच्यावर काहीही परिणाम होणार नाही. आपल्या भाषणाच्या विस्तारित भागात डॉ. आंबेडकरांनी हिंदू म्हणून हे त्यांचे शेवटचे भाषण होते यावर विशेष भर दिला होता. हे परिषदेच्या उद्दिष्टांसाठी आणि हितसंबंधांसाठी हानिकारक आणि अप्रासंगिक देखील होते. त्यामुळे आम्ही डॉ. साहेबांना भाषणातून हा भाग काढून टाकण्याची विनंती केली होती कारण ते तसे करू शकले असते पण त्यांनी तसे करण्यास नकार दिला आणि मग संमेलनाचा केवळ दिखावा करून काही फायदा होणार नव्हता. हे सर्व असूनही, त्यांच्या भाषणाचे कौतुक केल्यावाचून मला रहावत नाही. माझ्या माहितीप्रमाणे हे या विषयावरील अतिशय अभ्यासपूर्ण आणि शोधात्मक लेख आहे आणि त्याचे भारतातील प्रत्येक भाषेत भाषांतर होणे आवश्यक आहे.

याशिवाय, मी तुमच्या लक्षात आणून देऊ इच्छितो की जात आणि वर्ण यांच्यातील तुमचा तात्विक फरक (philosophical) इतका सूक्ष्म (too subtle) आहे की तो सामान्य लोकांना समजू शकत नाही कारण हिंदू समाजात जात आणि वर्ण व्यावहारिकदृष्ट्या एकच गोष्ट आहे. त्याचे कारण म्हणजे दोघांचेही काम एकच आहे, ते म्हणजे दोघेही आंतरजातीय विवाह आणि आंतरजातीय भोजनावळीच्या विरोधात आहेत. तुमचा (गांधीजी) वर्णपद्धतीचा सिद्धांत या काळात अव्यवहार्य आहे म्हणजेच तो स्वीकारण्यासारखा (impracticable) नाही आणि भविष्यातही तो स्वीकारला जाणार नाही. कारण हिंदू लोक जातिव्यवस्थेचे गुलाम आहेत आणि ते ती नष्ट करू इच्छित नाहीत. म्हणून, जेव्हा तुम्ही तुमच्या आदर्श किंवा काल्पनिक जातीव्यवस्थेचा पुरस्कार करता तेव्हा त्यांना वाटते की जातीव्यवस्थेला चिकटून राहणेच चांगले आहे, अशा प्रकारे, वयानुसार समाजाच्या विभाजनाच्या बाजूने युक्तिवाद करून, तुम्ही समाजाचे मोठे नुकसान करत आहात. कारण असे केल्याने आपल्या मार्गात अडथळे निर्माण होतात.

जातिव्यवस्थेचे उच्चाटन न करता अस्पृश्यता नष्ट करण्याचा प्रयत्न करणे म्हणजे रोगाच्या केवळ बाह्य लक्षणांवर उपचार करणे किंवा पाण्याच्या पृष्ठभागावर रेषा काढण्यासारखे आहे. तथाकथित अस्पृश्य आणि अस्पृश्य शूद्रांना सामाजिक समानता द्यावी असे द्विज (ब्राह्मणांना) त्यांच्या हृदयाच्या कोणत्याही कोपऱ्यातून वाटत नाही. म्हणूनच ते जातिव्यवस्था मोडण्यास नकार देतात परंतु समस्या टाळण्यासाठी अस्पृश्यता निर्मूलनासाठी उदार हस्ते देणगी देत असतात. अस्पृश्यता आणि जात निर्मूलनासाठी धर्मग्रंथांची मदत घेणे म्हणजेच चिखलाने चिखल धुण्यासारखे आहे.

संतरामजींच्या या पत्राचा शेवटचा उतारा पहिल्या उताऱ्याचे खंडन करतो. जात-पात तोडक मंडळाचे लोक धर्मग्रंथाची मदत घेत नसतील तर ते डॉ. आंबेडकर करतात तेच काम करतात, लोकांनी हिंदू म्हणून रहावे असे त्यांना वाटत असेल तर ते डॉ. आंबेडकरांच्या भाषणाला केवळ यामुळे कसा विरोध करू शकतात ? हिंदू म्हणून हे त्यांचे शेवटचे भाषण आहे असे त्यांनी म्हटले आहे म्हणून ?

जेव्हा मा. संतरामजी डॉ. आंबेडकरांच्या भाषणातील सर्व तथ्ये आणि युक्तिवादांचे खूप कौतुक करतात, मग त्यांना भाषण देण्यापासून रोखणे बेईमानी वाटते. इथे हे विचारणे योग्य ठरेल की मंडळ जर धर्मग्रंथ मानत नसेल तर ते कशावर विश्वास ठेवतात ? जर एखादा मुस्लिम कुराणावर विश्वास ठेवत नसेल तर तो मुस्लिम कसा राहील, जो बायबलवर विश्वास ठेवत नाही तो ख्रिश्चन कसा राहील ? जर जात आणि वर्ण ही एकच गोष्ट आहे आणि वर्ण हा हिंदू धर्म म्हणजे काय हे स्पष्ट करणारा धर्मग्रंथ आहे, तर मला समजत नाही की जो जात किंवा वर्ण मानत नाही तो स्वतःला हिंदू कसा म्हणू शकतो ? मा. श्री. संतराम शास्त्राला चिखलाची उपमा देतात. माझ्या माहितीप्रमाणे डॉ. आंबेडकरांनी धर्मग्रंथांना अशी नयनरम्य (picturesque) उपमा दिलेली नाही. जेव्हा मी म्हणतो की जर धर्मग्रंथ सध्याच्या अस्पृश्यतेचे समर्थन करत असेल तर मी स्वतःला हिंदू म्हणणे बंद करेन, त्यामुळे मी हे विनाकारण म्हणत नाही. त्याचप्रमाणे, अस्पृश्यता आणि जातिव्यवस्थेच्या सध्याच्या घृणास्पद स्वरूपाचे जर धर्मग्रंथ समर्थन करत असतील, तर मी स्वतःला हिंदू म्हणणार नाही आणि हिंदू राहणार नाही, कारण आंतरजातीय विवाह आणि भोजनावळी यात कोणताही संकोच नाही. धर्मग्रंथ आणि त्यांच्या व्याख्येबद्दल मला माझी भूमिका पुन्हा सांगण्याची गरज नाही. मी संतरामांना सुचवण्याचा प्रयत्न करतो की हे मत केवळ तार्किकदृष्ट्या योग्य, नैतिक आणि हिंदू परंपरेला न्याय्यपूर्ण आहे.

('हरिजन', १५ ऑगस्ट १९३६)

परिशिष्ट - २

आंबेडकरांचे महात्मा गांधींना उत्तर

१. माझ्या जात-पात-तोडक मंडळासाठी जातिव्यवस्था या विषयावर तयार केलेल्या भाषणावर 'हरिजन' वृत्तपत्रात टिप्पणी लिहून त्यांनी मला जो सन्मान दिला त्याबद्दल मी महात्माजींचा खूप आभारी आहे. त्यांनी केलेल्या टीका आणि माझ्या भाषणाचा विचार यावरून हे स्पष्ट होते की महात्माजी मी जातीच्या विषयावर व्यक्त केलेल्या मतांशी पूर्णपणे असहमत आहेत. हा माझा स्वभाव आहे की मी सहसा माझ्या विरोधकांशी वाद घालत नाही, जोपर्यंत काही विशेष कारण मला माझ्या स्वभावाच्या विरुद्ध काहीतरी करण्यास भाग पाडत नाही. माझा विरोधक जर सामान्य आणि अनोळखी व्यक्ती असता, तर मी त्याची पर्वा केली नसती, पण माझे विरोधक स्वतः महात्माजी आहेत, त्यामुळे त्यांच्या बोलण्याला मी माझ्या विरोधी पक्षाला उत्तर दिले पाहिजे असे मला वाटते. माझा सन्मान केल्याबद्दल मी त्यांचा ऋणी असलो तरी त्यांनी माझ्यावर केलेल्या आरोपांचे मला आश्चर्य वाटते. लाहोरमध्ये भाषण दिले नसतानाही माझी प्रसिद्धी व्हावी आणि लोक मला विसरु नयेत म्हणून मी भाषण प्रकाशित केले, असा आरोप त्यांनी माझ्यावर केला आहे. महात्माजी काहीही म्हणोत, माझे भाषण प्रकाशित करण्यामागचा हेतू हिंदूंने विचार, चिंतन करावे आणि त्यांना त्यांच्या स्थितीचे योग्य (position) ज्ञान देणे हा होता. त्यासाठी त्यांना त्यासाठी प्रेरित करायचे होते. मी कधीही प्रसिद्धीची हाव (hankered for publicity) कधी नव्हती आणि स्वतःचा प्रचार करण्याची मला गरज नाही. ती तर मला पाहिजे त्यापेक्षा जास्त मिळाली आहे. प्रसिद्धीच्या लालसेपोटी मी ते भाषण प्रसिद्ध केले असे जरी गृहीत धरले तरी माझ्यावर दगड कोण फेकू शकेल ? महात्माजींसारखे काचेच्या महालात राहणारे लोक नक्कीच नाहीत.

२. भाषण प्रकाशित होण्यामागे माझा उद्देश काय होता, हा मुद्दा जरी बाजूला ठेवला तरी, भाषणात मी उपस्थित केलेल्या प्रश्नांवर महात्माजींचे काय म्हणणे आहे ? सर्वप्रथम माझे भाषण वाचणाऱ्याच्या लक्षात येईल की मी उपस्थित केलेल्या प्रश्नांना महात्माजींनी स्पर्शही केला नाही आणि माघार घेतली. त्यांनी उपस्थित केलेले प्रश्न विचाराधीन नाहीत किंवा ते माझ्या भाषणातून उद्भवलेले नाहीत, जे मुख्य मुद्दे मी भाषणात मांडण्याचा प्रयत्न केला आहे ते पुढीलप्रमाणे-

अ) जातीयवादाने हिंदूंना बरबाद (ruined) केले आहे.

ब) चार वर्षांच्या आधारावर हिंदू समाजाची पुनर्रचना करणे शक्य नाही कारण जातिव्यवस्था ही मोडकळीस आलेल्या घागरीसमान किंवा त्या व्यक्तीप्रमाणे आहे जो त्याच्या अवगुणामुळे स्वतःला सांभाळू शकत नाही अशी आहे. वर्णाच्या सीमा तोडणाऱ्यांच्या विरोधात कायदेशीर व्यवस्था नसेल तर वर्णविभागणी बिघडते आणि जातीविभागणीचे रूप धारण करते, अशी प्रवृत्ती वर्णव्यवस्थेत आहे.

क) वर्णव्यवस्थेच्या आधारे हिंदू समाजाची पुनर्रचना करणे घातक ठरेल कारण वर्ण पद्धतीमुळे प्रत्येक व्यक्तीला शिक्षण घेण्याचा अधिकार मिळत नाही आणि शिक्षणापासून वंचित असलेल्या लोकांना खालचा दर्जा दिला जातो. याशिवाय, त्यांना शस्त्रे बाळगण्याचा अधिकार न दिल्याने, ते त्यांना कमजोर (emasculate) करतात.

ड) स्वातंत्र्य, समता आणि बंधुतेवर आधारित धार्मिक भावनेच्या आधारे हिंदू समाजाची पुनर्रचना झाली पाहिजे.

च) हा उद्देश यशस्वी होण्यासाठी वर्ण आणि जात यामागे धार्मिक पावित्रते (religious sanctity) च्या भावनेला पूर्णपणे खत्म करायला हवे.

छ) जात आणि वर्णाची पवित्र भावनेचा पूर्णपणे अंत त्यावेळी होईल, ज्यावेळी शास्त्राला देव वाणी (divine authority) समजणे सोडून दिल्या जाईल. हे सर्व जाणून घेतल्यावर, वाचकांना आता हे समजेल की महात्माजींनी उपस्थित केलेले प्रश्न या विषयापासून पूर्णपणे भिन्न आहेत, अप्रासंगिक आहेत आणि त्यांनी भाषणाच्या मुख्य युक्तिवादाला स्पर्श केला नाही असे दिसते.

३. आता मी माझ्या भाषणात महात्माजींनी घेतलेले आक्षेप तपासून पहातो. महात्माजींनी पहिला आक्षेप घेतला की मी दिलेले श्लोक अस्सल नाहीत. मी कबूल करतो की मी या विषयाचा तज्ञ नाही, तरीही मी सांगू इच्छितो की मी सादर केलेले सर्व

श्लोक दिवंगत गंगाधर टिळक यांच्या लेखनातून घेतले आहेत आणि टिळक हे संस्कृत भाषेचे आणि हिंदू धर्मग्रंथांचे महान अभ्यासक मानले जातात. महात्माजींचा दुसरा आक्षेप असा की, या शास्त्रांचा अर्थ विद्वानांच्या म्हणण्याप्रमाणे न मानता ऋषी-मुनींनी दिलेला अर्थ असा घ्यावा, कारण विद्वानांना त्या श्लोकांचा अर्थ कळत नाही, जे ऋषी-मुनी समजून घेतात. धर्मग्रंथ जातिव्यवस्था आणि अस्पृश्यतेचे समर्थन करत नाहीत.

पहिल्या प्रश्नाबाबत मला महात्माजींना विचारायचे आहे की, शास्त्रात पुढे कोणताही श्लोक जोडला गेला असेल किंवा ऋषी-मुनींनी त्यातून वेगवेगळे अर्थ काढले असतील आणि त्याचा वेगळा अर्थ लावला असेल, तर त्यातून कोणाला काय फायदा होऊ शकतो. सामान्य लोकांना मूळ श्लोक असलेले शास्त्र आणि नंतर जोडलेले श्लोक यात फरक समजत नाही, त्यांना श्लोक म्हणजे काय आणि धर्मग्रंथ काय हेही कळत नाही. ते इतके अशिक्षित आहेत आणि कमी शिकलेले आहेत, हे त्यांना कळतही नाही की शास्त्रात काय लिहिले आहे. त्यांना जे सांगितले आहे तेच त्यांना माहीत आहे आणि त्यांना सांगितले गेले आहे की, जात-अस्पृश्यता मानण्यामागे धार्मिक मान्यता आहे, हा धर्मग्रंथांचा आदेश आहे. जितका संतांचा संबंध आहे, हे मान्य करावे लागेल की त्यांची शिकवण विद्वानांच्या शिकवणीच्या तुलनेत निरर्थक ठरली. ते निरर्थक ठरण्याची दोन कारणे आहेत. पहिले कारण म्हणजे त्या सर्व संत-मुनींचा जातीव्यवस्थेवर विश्वास होता. एकाही संताने जातीव्यवस्थेवर हल्ला केला नाही. ते आयुष्यभर स्वतःच्या जातीत राहिले आणि स्वतःच्या जातीच्या नावानेच मरण पावले. संत ज्ञानदेवांचेच घ्या, ते आपल्या ब्राह्मण जातीच्या नावाशी इतके जोडले गेले होते की, एकेकाळी त्यांना पैठणच्या ब्राह्मणांनी समाजातून हाकलून दिले, तेव्हा त्यांनी स्वतःला 'ब्राह्मण' म्हणवून घेण्यासाठी आकाश पाताळ एक केले. 'धर्मात्मा' चित्रपटात ज्या संत एकनाथांना अस्पृश्यांना स्पर्श करून त्यांच्यासोबत अन्न खाण्याचे धाडस दाखवून नायक म्हणून सादर केले आहे, त्यांनी हे जातीयवाद आणि अस्पृश्यतेच्या विरोधात होते म्हणून केले नाही तर त्यांना जरी पाप लागले तरी ते पवित्र गंगेत स्नान केल्याने ते धुतले जाईल, म्हणून केले.

माझ्या अभ्यासानुसार आणि माहितीनुसार कोणत्याही ऋषी किंवा संताने जातीव्यवस्था आणि अस्पृश्यतेविरुद्ध कधीही लढा दिला नाही. त्यांना मानवां-मानवातील संघर्षांची चिंता नव्हती, त्यांना फक्त मानव आणि देव यांच्यातील

नातेसंबंधाची चिंता होती. सर्व मानव समान आहेत असे त्यांनी कधीच शिकवले नाही तर देवाच्या दृष्टीने सर्व मानव समान आहेत असा उपदेश केला. संत आणि ऋषींचा हा प्रचार खूप वेगळा होता ज्यामुळे कोणाचेही थेट नुकसान झाले नाही, त्यावर विश्वास ठेवण्याची भीती नव्हती आणि त्यावर विश्वास ठेवणे कोणालाही धोकादायक नव्हते. त्यामुळे हे वेगळे आणि आपत्तीजनक विधान ठरले. सामाजिक जातिव्यवस्था आणि अस्पृश्यतेशी त्याचा काहीही संबंध नव्हता.

ऋषी-मुनींची शिकवण निरर्थक ठरण्याचे दुसरे कारण म्हणजे सामान्य लोकांना धर्मग्रंथातून शिकवले गेले की ऋषी आणि संत जातीचे बंधन तोडू शकतात परंतु सामान्य माणूस हे बंधन तोडू शकत नाही. म्हणूनच सामान्य लोक कोणाच्या मार्गावर चालतात याचे उदाहरण संत कधीच बनले नाही. या कारणास्तव, जनतेचा जातीवाद आणि अस्पृश्यतेवर पूर्ण विश्वास राहिला आणि संत नेहमीच एक धार्मिक आणि आदरणीय धार्मिक व्यक्ती राहिले. लोकांची जात आणि अस्पृश्यता यांवर असलेली गाढ श्रद्धा हे सिद्ध करते की, ब्राह्मणांच्या शास्त्राच्या आदेशाविरुद्ध संतांच्या धार्मिक आणि पवित्र जीवनाचा सर्वसामान्य लोकांवर कोणताही प्रभाव पडला नाही. त्यामुळे ऋषी असे होते, साधु तसे होते किंवा काही विद्वान किंवा अनेक अज्ञानी लोकांपेक्षा धर्मग्रंथांचा वेगळा अर्थ लावणारे महात्मा होते, ही समाधानाची बाब असू शकत नाही. हे वास्तव स्वीकारावे लागेल की सर्वसामान्यांचा शास्त्राच्या संदर्भात वेगळे मत आहे.

धर्मग्रंथात दिलेले पुरावे किंवा आदेश आजही जनतेच्या वर्तनावर नियंत्रण ठेवतात, ते रद्द होईपर्यंत हे वास्तव दुर्लक्षित करता येणार नाही. हा असा प्रश्न आहे ज्याकडे गांधीजींनी लक्ष दिले नाही. परंतु धर्मग्रंथाच्या शिकवणुकीपासून लोकांची मुक्तता करण्यासाठी महात्माजी कितीही प्रभावी माध्यम म्हणून मांडतील, त्यांना हे मान्य करावे लागेल की एखाद्या महापुरुषाचे पवित्र जीवन त्यांच्यासाठी आदर्श असेल, परंतु त्याचा सर्वसामान्यांना फायदा होणार नाही. भारतातील माणसाच्या मनात संतांबद्दल आदर आणि उपासनेची भावना असू शकते परंतु त्यांनी दाखवलेल्या मार्गावर चालण्याची भावना नसते. बरं, अशा परिस्थितीत अशा योजनांकडून लाभाची अपेक्षा करू नये.

४. महात्माजींचा तिसरा आक्षेप असा आहे की मी ज्या धर्माला गुणहीन म्हणालो आहे, तो तसा कसा असू शकतो ज्या धर्मावर संत चैतन्य, ज्ञानदेव, तुकाराम, तिरुवल्लवर, रामकृष्ण परमहंस इत्यादींनी विश्वास ठेवला. धर्म हा वाईट उदाहरणांवर

आधारित नसून सर्वोत्तम आदर्शांवर आधारित असावा ? गांधीजींच्या या कल्पनेच्या प्रत्येक शब्दाशी मी सहमत आहे पण मला अजिबात समजत नाही की यातून गांधीजींना काय सिद्ध करायचे आहे ? हे खरे आहे की एखाद्या धर्माचा न्याय करण्यासाठी, एखाद्याने त्याचे सर्वात वाईट उदाहरण नाही तर त्याचे सर्वोत्तम आदर्श घेतला पाहिजे. पण काय एवढ्यावर हा विषय प्रकरण संपेल ? होय, मी म्हणतो, नाही. मग प्रश्न पडतो की हिंदू धर्मात सर्वात वाईट नमुन्यांची (worst specimens) संख्या इतकी जास्त आणि सर्वोत्तम नमुन्यांची (best) संख्या इतकी कमी का आहे ? माझ्या मते याची दोनच उत्तरे असू शकतात-

अ) सर्वात वाईट लोक, त्यांच्या काही मुख्य प्रतिकुलता (original perversity) किंवा त्यांच्या स्वतःच्या मूळ दुष्टतेमुळे, नैतिकदृष्ट्या शिकवण्यास लायक नाहीत. म्हणून धर्माचे एक आदर्श स्वरूप आहे आणि त्याचा प्रसार करण्यास असमर्थ आहेत का ? किंवा

ब) अस्तित्त्वात असलेले धार्मिक आदर्श पूर्णपणे अशुद्ध आणि चुकीचे आदर्श आहेत आणि त्यांनी मोठ्या संख्येने मानवांमध्ये अनैतिकता निर्माण केली आहे. आणि चांगली माणसे ही अशुद्ध व चुकीची नैतिक प्रवृत्ती असूनही ती चांगल्या स्थितीत बदलून चांगलीच राहिली. सत्य तर हे आहे की चुकीला योग्य दिशेने वळवूनच ते असे करू शकले.

मी या दोन उपायांपैकी पहिला उपाय स्वीकारण्यास तयार नाही आणि मला खात्री आहे की महात्माजी देखील यापेक्षा वेगळे काही स्वीकारण्यासाठी माझ्यावर दबाव आणणार नाहीत. सर्वांत वाईट लोक इतक्या मोठ्या प्रमाणात का आहेत आणि चांगले लोक इतके कमी का आहेत, या समस्येचे निराकरण करण्यासाठी जोपर्यंत महात्माजी तिसरा पर्याय देत नाहीत, तोपर्यंत मला दुसराही युक्तिवाद त्याचे योग्य उपाय वाटतो आणि जर दुसरा तर्क योग्य आहे तर हे स्पष्ट आहे की एखाद्या धर्माचा न्याय त्याच्या सर्वोत्तम अनुयायावरूनच करायला हवा, केवळ या निष्कर्षापर्यंत आपण पोहोचतो की आपण त्या अनेकांच्या नशीबात दुःख प्रकट करावे जे वाईट ठरले आहेत. ते यामुळे वाईट ठरले आहेत कारण की ते वाईट आदर्शाची पूजा करण्यासाठी विवश आहेत.

५. ऋषी-मुनींनी दाखविलेल्या मार्गावर जरी लोक चालू लागले तर हिंदू धर्म सर्वांसाठी सुसह्य (tolerable) होईल हा महात्माजींचा युक्तिवाद आहे. महात्माजींचे हे विधान आणखी एका कारणानेही चुकीचे ठरते. चैतन्य सारख्या महान व्यक्तींचे उदाहरण

देऊन विशाल व सोप्या भाषेत समजावून सांगण्याचा प्रयत्न केला आहे की हिंदू वर्णव्यवस्थेतील उच्चवर्णीय हिंदूंना खालच्या जातीतील हिंदूंशी नैतिकतेने वागण्यास प्रवृत्त केले जाऊ शकले, तर हिंदूंच्या रचनेत कोणताही मूलभूत बदल न करताही, सुखी, समृद्ध आणि सुसह्य बनवला जाऊ शकतो. या विचारसरणीच्या पूर्णपणे विरोधात आहे. मी त्या उच्चवर्णीय हिंदूंचा आदर करतो जे जीवनाचे उच्च सामाजिक आदर्श ठेवण्याचा प्रयत्न करतात कारण जर असे लोक भारतात नसते तर हा देश आज जितका रहाण्यालायक आहे त्यापेक्षा कितीतरी अधिक घृणास्पद (uglier) आणि दयनीय असता.

सवर्ण हिंदूंना त्यांच्या वैयक्तिक चारित्र्याने उत्तम मानव बनवू इच्छिणारी व्यक्ती केवळ आपला वेळ आणि श्रम वाया घालवत नाही, आपली शक्ती वाया घालवत नाही तर तो एक मोठा भ्रमही बाळगत असतो. वैयक्तिक (personal character) चारित्र्यामुळे हत्यार बनवणाऱ्या मनुष्याला चांगला माणूस बनवता येते ? म्हणजे स्फोट न होणारे बॉम्ब किंवा विषारी परिणाम न होणारे वायू बनवणारा माणूस ? जर तो हे करू शकत नसेल, तर वैयक्तिक चारित्र्यावरून जातीय प्रतिष्ठेची जाणीव असलेला उच्चवर्णीय माणूस इतका चांगला माणूस होईल की तो आपल्या सहकाऱ्यांशी मैत्री आणि समानतेने वागेल यावर तुमचा विश्वास कसा बसेल ? सत्य हे आहे की तो त्याच्या साथीदारांना परिस्थितीनुसार आपल्यापेक्षा वेगळया जातीतील लोकांपेक्षा श्रेष्ठ किंवा कनिष्ठ मानेल आणि त्यानुसार त्यांच्याशी व्यवहार करेल. त्याच्यांकडून कधीच अपेक्षा करता येत नाही की ते आपल्या सोबत्यांशी आदराने आणि समानतेने वागतील, जे त्यांच्या जातीचे नाहीत. तो त्याला अशी व्यक्ती मानतो जिच्याविरुद्ध तुम्ही असा व्यवहार करण्यास स्वतंत्र आहात आणि ज्याच्या विरोधात तुम्ही न संकोचता कोणतीही फसवणूक आणि हेराफेरी करू शकता. याचा अर्थ असा आहे की हिंदू थोडा चांगला किंवा थोडा वाईट असू शकतो पण चांगला हिंदू असू शकत नाही. असे यामुळे नाही की त्याच्यात काही वैयक्तिक स्वभावात काही खोट आहे. वाईट काय असेल तर ते त्याच्या मानवी परस्परसंवादाच्या मूलभूत संरचनेत आहे ज्यावर त्याचे त्याच्या सहकाऱ्यांशी असलेले संबंध आधारित आहेत. सर्वोत्कृष्ट व्यक्ती देखील सद्‌गुणी राहू शकत नाही जर त्याचा इतर मानवांशी संवाद मूलभूतपणे चुकीच्या गृहितकांवर आधारित असेल. गुलामासाठी (slave) त्याचा मालक (master) थोडा चांगला किंवा थोडा वाईट असू शकतो परंतु गुलामाचा मालक कधीही चांगला किंवा थोर

व्यक्ती असू शकत नाही. चांगला माणूस मालक असू शकत नाही आणि मालक चांगला माणूस असू शकत नाही.

उच्च आणि खालच्या जातींमधील संबंधांनाही हेच लागू होते. खालच्या जातीतील व्यक्तीसाठी, उच्च जातीच्या व्यक्तीपेक्षा उच्च जातीच्या व्यक्तीसाठी घोडा किंचित चांगला किंवा वाईट असू शकतो. उच्च जातीची व्यक्ती तोपर्यंत चांगली व्यक्ती असू शकत नाही जोपर्यंत त्याला त्याच्या उच्च जातीशी ओळखण्यासाठी खालच्या जातीची व्यक्ती आवश्यक असते. खालच्या जातीतील माणसाला उच्च जातीचे लोक आपल्यापेक्षा वरचे आहेत असे वाटणे ही चांगली गोष्ट असू शकत नाही.

मी माझ्या भाषणात असा युक्तिवाद केला आहे की वर्ण आणि जातीवर आधारित समाज हा चुकीच्या संबंधांवर आधारित समाज आहे. महात्माजी माझ्या मुद्याचे खंडन करण्याचा प्रयत्न करतील अशी मला अपेक्षा होती पण तसे न करता ते कोणत्या आधारावर उभे आहेत, त्यांनी चातुर्वर्ण्य व्यवस्थेवर आपला विश्वास असल्याचे स्पष्ट केले आहे.

६. महात्माजी जे काही उपदेश (preach) करतात ते स्वतः आचरणात (practice) आणतात का ? असा संदर्भ सर्वांना लागू होतो, एखादा व्यक्ती आपल्या व्यक्तिगत जीवनात उदाहरण देण्यासाठी पसंत करीत नाही, परंतु एखादा व्यक्ती एखाद्या विचाराचा प्रचार करतो आणि त्याला एक सिद्धांत (dogma) मानतो, तेव्हा हे समजून घेण्याची उत्सुकता असते की ज्याचा तो प्रचार करीत आहे, त्याचे तो स्वतः किती आचरण करीत आहे. कदाचित तो त्यानुसार वागण्यात यशस्वी झाला नसेल, कारण एकतर तो त्याचे सिद्धांत किंवा इतके उच्च आहेत की ते प्राप्त नाही केल्या जाऊ शकत किंवा त्यानुसार आचरण करण्यात अयशस्वी होण्याचे दुसरे कारण हे पण होऊ शकते की हा केवळ व्यक्तिचा व्ययक्तिक घंमड किंवा (innate hypocrisy) जन्मजात पाखंड आहे. ते काही का असेना, कोणत्याही परिस्थितीत अशी व्यक्ती त्याच्या आचरणाच्या परिक्षेसाठी आपल्यासमोर मोकळा असतो.

मी महात्माजींना दोष देत नाही, मी जर त्यांना विचारले की त्यांनी त्यांच्या आदर्शाला (ideal) व्यवहारिक आणि प्रमाणिक करण्यासाठी किती प्रयत्न केला आहे ? गांधीजी जन्माने व्यापारी आहेत. त्यांचे पूर्वज संस्थानांत दीवान (minister) बनले, जो ब्राह्मणांचा व्यवसाय आहे. महात्मा होण्यापूर्वी जेव्हा त्यांच्या आयुष्यात व्यवसाय निवडण्याची संधी आली तेव्हा त्यांनी तराजूऐवजी बॅरिस्टर

म्हणून कायद्याचा अभ्यास करणे चांगले मानले. कायद्याची प्रॅक्टिस सोडल्यानंतर ते अर्धे संत आणि अर्धे राजकारणी झाले. व्यवसाय हा त्यांच्या पूर्वजांचा व्यवसाय होता पण त्यात त्यांनी कधीच दखल दिली नाही. त्याचा धाकटा मुलगा, मी फक्त एका मुलाचे उदाहरण देतो जो त्याच्या वडिलांचा एकनिष्ठ अनुयायी आहे, जो जन्माने वैश्य आहे. त्याने एका ब्राह्मणाच्या मुलीशी लग्न केले आणि एका मोठ्या भांडवलदाराच्या वृत्तपत्रात काम करणे पसंत केले. वडिलोपार्जित व्यवसाय न केल्याबद्दल महात्माजींनी त्यांच्या मुलाला कधी वाईट किंवा चुकीचे ठरवले हे मला माहीत नाही. कोणत्याही आदर्शाची परीक्षा घेण्यासाठी सर्वात वाईट उदाहरणाला घेणे चुकीचे आणि कठोर असू शकते, परंतु महात्माजींपेक्षा चांगले उदाहरण असू शकत नाही. जर ते स्वतः हा आदर्श अंगीकारण्यात यशस्वी होत नसतील, तर त्यांचा हा आदर्श एक अशक्य आहे आणि व्यक्तीच्या व्यावहारिक ज्ञानाच्या पूर्णपणे विरूद्ध आहे.

ज्यांनी कार्लाईलची पुस्तके वाचली आहेत त्यांना माहित आहे की ते नेहमी एखाद्या विषयाचा विचार करण्याआधी बोलत असत. जातिव्यवस्थेबाबत गांधीजींची तशीच तर नाही. नाहीतर माझ्या मनात काही प्रश्न निर्माण होतात ज्यातून ते तसेच सुटू शकत नाही. एखाद्या व्यक्तीला कोणतेही काम करण्यास भाग पाडल्यास व्यवसाय हा वडिलोपार्जित मानला जाऊ शकतो का ? एखादा व्यवसाय वडिलोपार्जित अशावेळीही करायला हवा का तो त्या क्षमतचा नाही आणि नसला तरी आणि तो व्यवसाय पाप करणारा (immoral) असला तरीही त्याने आपला वडिलोपार्जित व्यवसाय चालू ठेवला पाहिजे का. जर प्रत्येक व्यक्तीने आपल्या पूर्वजांच्या व्यवसायाचे पालन करणे आवश्यक आहे, तर त्याचा अर्थ असाही होतो की एखाद्या व्यक्तीचा आजोबा दलाल होता (pimp) तर त्याने पण दलालीचे काम चालू ठेवले पाहिजे. आणि एखाद्या स्त्रीची आजी वेश्या असेल तर तिने पण वेश्या (prostitute) बनले पाहिजे. गांधीजी त्यांच्या विश्वासाचे तार्किक परिणाम स्वीकारण्यास तयार आहेत का ? माझ्या मते, गांधीजींच्या आदर्शानुसार माणसाने तोच व्यवसाय केला पाहिजे जो त्याच्या पूर्वजांनी केला होता. हा आदर्श केवळ अशक्य आणि अव्यवहार्यच (impoosible and impractical) नाही तर नैतिक दृष्टिकोनातून अमानवी आणि अक्षम्यही (indefensible) आहे.

७. महात्माजी ब्राह्मणाने आयुष्यभर ब्राह्मण राहणे ही फार चांगली गोष्ट मानतात. हे खरे आहे की असे अनेक ब्राह्मण आहेत ज्यांना आयुष्यभर ब्राह्मण पुरोहित राहणे

आवडत नाही. अशा ब्राह्मणांबद्दल आपण काहीही बोलू नये, पण असे काही ब्राह्मण आहेत ज्यांना आयुष्यभर ब्राह्मणच राहायचे आहे आणि ज्यांना पौरोहित्य या वडिलोपार्जित व्यवसायाला चिकटून राहायचे आहे. या आदर्शाला ते पवित्र व्यवसाय मानतात की पैशाच्या लोभापोटी ते करतात ? असे प्रश्न आणि कुतूहल यांच्याशी महात्माजींचा काहीही संबंध नाही असे दिसते. त्यांना या गोष्टीचे समाधान आहे की, 'खरे ब्राह्मण तेच आहेत जे ऐच्छिक दानावर जगतात आणि खुल्या मनाने आध्यात्मिक खजिना लुटत आहेत' महात्माजी ब्राह्मण पुरोहित परंपरेचे हे रूप आध्यात्मिक परंपरांचे वाहक (spiritual treasures) मानतात. पण या पारंपारिक ब्राह्मणांचे दुसरे रूपही पाहायला मिळते.

एक ब्राह्मण प्रेमाची देवता, विष्णूचा उपासक असू शकतो आणि विनाशाची देवता शंकराचा उपासक देखील असू शकतो, विनाशाची देवता. तो बुद्धाचा पुजारी देखील असू शकतो जो मानवतेचा महान शिक्षक होता आणि ज्याने प्रेम आणि करुणेचा पवित्र शिकवण दिली. ब्राह्मण काली देवीचा पुजारी देखील असू शकतो जिच्या रक्ताच्या तहानेसाठी दररोज प्राण्यांचा बळी द्यावा लागतो. तो रामाच्या किंवा क्षत्रिय देवतेच्या मंदिराचा पुजारी देखील असू शकतो आणि क्षत्रियांचा नाश करण्यासाठी अवतार घेतलेल्या परशुराम मंदिराचा पुजारी देखील असू शकतो. तो त्या विश्वाचा निर्माता ब्रह्मदेवाचा पुजारी देखील असू शकतो. तो एखाद्या पीरचा पुजारी देखील असू शकतो ज्याचा देव, अल्लाह, ब्रह्मदेवाचा निर्माता असल्याचा दावा नाकारतो. जीवनाचे हे चित्रण योग्य नाही असे कोणीही म्हणू शकत नाही. जर ते चित्र बरोबर असेल तर एक प्रामाणिक माणूस अशा परस्परविरोधी गुणधर्म असलेल्या देवी-देवतांवर भक्तीभाव कसा ठेवू शकतो, कारण तो सर्वांचा भक्त असू शकत नाही. हिंदू त्यांच्या धर्मातील या विचित्र गोष्टीला धर्माचा सर्वात मोठा गुण किंवा महान वैशिष्ट्य मानतात आणि ते मनाच्या उदारतेचे आणि सहिष्णुतेचे उदाहरण म्हणून सादर करतात.

या मताच्या विरोधात असे म्हणता येईल की मनाची उदारता (catholicity) आणि सहिष्णुता हे वास्तवात उदासीनता आणि डगमगणाऱ्या विश्वासाशिवाय दुसरे काहीही नाही. बाहेरून पाहिल्यावर या दोन अभिव्यक्तींमध्ये फरक करणे फार कठीण आहे, परंतु सखोलपणे तपासले असता, ते त्यांच्या वास्तविक गुणांमध्ये एकमेकांपेक्षा खूप भिन्न आहेत. जो कोणी त्यांचे बारकाईने परीक्षण करेल तो एकाला वेगळे करण्याची चूक करणार नाही. माणूस अनेक देवी-देवतांची पूजा

करायला तयार असतो. त्याच्या सहिष्णू स्वभावाचा पुरावा म्हणून हे सादर केले जाते पण ते स्वार्थी फसवणूक, खोटेपणा किंवा केवळ ढोंगी असू शकत नाही का ? माझा विश्वास आहे की ही सहिष्णुता (toleration) केवळ अविवेकीपणा (insincerity) आहे. या कल्पनेचा आधार भक्कम असेल आणि योग्य दृष्टीकोन असेल, तर असा प्रश्न पडू शकतो की, आपल्या स्वार्थपूर्तीसाठी कोणत्याही देव-देवतेची पूजा करायला तयार असलेल्या अशा व्यक्तीकडे आध्यात्मिक गुणांचा कोणता खजिना असेल ? अशा व्यक्तीला अध्यात्मिक गुणाच्या पातळीवर दिवाळखोर (bankrupt of spiritual treasures) मानले पाहिजे आणि जे केवळ वंशाच्या आधारावर, विश्वास आणि विश्वास न ठेवता, केवळ पित्याचा वारसा म्हणून पुरोहितांचा पवित्र आणि पुण्यपूर्ण व्यवसाय स्वीकारतात, असे मानले पाहिजे. वडिलांकडून मिळालेला व्यवसाय यामुळे करतो की कारण तो वडिलोपार्जित व्यवसाय आहे पण यामुळे सदगुणाचे रक्षण करू शकत नाही. खरे तर हे धर्मसेवेच्या नावाखाली एका महान आणि पवित्र व्यवसायाला भ्रष्ट आणि कलंकित करणे आहे.

८. प्रत्येक व्यक्तीने त्याच्या वडिलोपार्जित व्यवसायाचे पालन करावे या तत्त्वावर महात्माजींनी का चिकटून आहेत ? ते याचे कारण तो सांगत नाहीत पण काहीतरी कारण आहे जे महात्माजींना सांगायचे नाही. बऱ्याच वर्षांपूर्वी त्यांनी 'यंग इंडिया' या वृत्तपत्रात 'जात विरुद्ध वर्ग' या विषयावर (caste versus class) लिहिताना जातीव्यवस्था श्रेष्ठ असल्याचे वर्णन केले होते कारण ती समाजात (social stability) सामाजिक स्थिरता प्रस्थापित करते. एखाद्या व्यक्तीला त्याच्या वडिलोपार्जित व्यवसायाची परवानगी देण्याच्या महात्माजींच्या तत्त्वामागे हे कारण असेल, तर ते समाजजीवनाच्या चुकीच्या दृष्टिकोनाचा पुरस्कार करत आहेत. प्रत्येकाला सामाजिक स्थैर्य हवे आहे आणि हे स्थैर्य प्राप्त करण्यासाठी व्यक्ती आणि वर्ण संबंधांमध्ये काही समायोजन (adjustment) केले पाहिजे. दोन गोष्टी कोणालाच नको आहेत असा माझा विश्वास आहे. सर्वप्रथम, कोणालाही असे स्थिर (static) संबंध नको असतात जे बदलता येत नाहीत आणि जे शाश्वत मानले जातात, म्हणजे अपरिवर्तनीय आणि कायमचे स्थिर असतात. स्थिरता आवश्यक आहे परंतु ती बदलाच्या किंमतीवर असू नये कारण बदल आवश्यक (imparative) आहे. म्हणजेच जो बदल अत्यंत महत्त्वाचा आहे त्याचा बळी देऊन नाही. दुसरी गोष्ट कोणाला नको असते ती म्हणजे फक्त (adjustment) व्हावी. सामंजस्य आवश्यक आहे, परंतु सामाजिक न्यायाचा बळी (sacrifice of social justice) देऊन नाही. असे म्हणता येईल का की जातीच्या आधारावर जुळवून घेणे, म्हणजे एखाद्याचा वडिलोपार्जित व्यवसाय स्वीकारून या दोन वाईट गोष्टी टाळणे शक्य आहे का ? मला विश्वास आहे की हे शक्य नाही. हा अत्यंत चुकीचा प्रयत्न असेल असे म्हणण्यात मला गैर वाटत नाही. कारण त्यामुळे सामाजिक ताळमेळ (equity) आणि गतिमानतेच्या मूळ प्रवाहामध्ये (fludity) अडसर बनेल.

९. काही लोकांना वाटेल की महात्माजींच्या विचारांमध्ये बरीच प्रगती झाली आहे कारण ते आता जातीवर विश्वास ठेवत नाहीत तर केवळ वर्णव्यवस्थेवर विश्वास ठेवतात. हे खरे आहे की एके काळी महात्मा हे कट्टर (full-blooded and blue blooded) सनातनी हिंदू होते आणि वेद, उपनिषदे, पुराण इत्यादींवर विश्वास ठेवत होते जे हिंदूंचे धार्मिक ग्रंथ आहेत. त्यांचा जातिव्यवस्थेवर विश्वास होता आणि (orthodox) सनातनी या नात्याने त्यांनी सर्व क्षमतेने आणि शक्तीने तिचे समर्थन केले होते. आंतरजातीय विवाह व सार्वजनिक भोजनावळीला देखील त्यांचा कडाडून विरोध होता. त्यांनी आंतरजातीय विवाह आणि आंतरजातीय मेजवानीला विरोध केला. याबाबत ते म्हणाले की, 'यामुळे इच्छाशक्ती निर्माण करणे आणि (social virtue) सामाजिक शुद्धता राखण्यात खूप मदत होते.' त्यांनी या (sanctimonious nonsnse) पवित्र मूर्खपणावर विश्वास ठेवण्याचे सोडून दिले आणि जातिवाद आध्यात्मिक आणि राष्ट्रीय विकासासाठी अत्यंत हानिकारक आहे हे मान्य केले, हे चांगले आहे. या विचारांच्या बदलामुळे त्यांच्या मुलाचे जातीबाहेर लग्न झाले असावे. पण महात्माजींनी खरच काही प्रगती केली आहे का ? महात्मा ज्या वर्णाच्या बाजूने आहेत त्याचे स्वरूप (nature) काय ते स्वामी दयानंद सरस्वती आणि त्यांच्या आर्य समाज अनुयायांनी प्रसारित केलेली वर्णाची वैदिक संकल्पना आहे ? वेदांतील वर्ण या संकल्पनेचे सार हे आहे की, माणसाने त्याच्या क्षमतेनुसार आणि नैसर्गिक क्षमतेनुसार व्यवसाय स्वीकारावा. वर्णासंबंधी महात्माजींच्या सिद्धांताचे सार हे आहे की व्यक्तीने त्याच्या नैसर्गिक क्षमता किंवा आवडीपेक्षा त्याच्या पूर्वजांच्या व्यवसायाचे पालन केले पाहिजे. महात्माजींच्या मते जात आणि वर्ण (caste and varna) यात काय फरक आहे? मला काही फरक दिसत नाही. त्यांच्या मते वर्ण हेच जातीचे दुसरे नाव बनते. याचा अर्थ दोन्हीचे सार एकच आहे म्हणजेच वडिलोपार्जित व्यवसाय चालवला पाहिजे. महात्माजी त्यांच्या विचारांमध्ये प्रगती तर झाली नाहीच, उलट ते विचाराने

(retrogression) मागे गेले. एक संकल्पना मांडण्याचा प्रयत्न करून त्यांनी एक महत्त्वाचा मुद्दा हास्यास्पद (rediculous) केला आहे, मी माझ्या भाषणात दिलेल्या कारणांच्या आधारे वैदिक जातिव्यवस्था (reject) नाकारतो. त्याच वेळी, मी स्वीकारतो की स्वामी दयानंद आणि इतर काहींनी वर्णाच्या वैदिक सिद्धांताचे दिलेले स्पष्टीकरण योग्य (sensible) आणि (inoffensive) गैर-आक्षेपार्ह आहे. हे विवेचन समाजातील व्यक्तीचे स्थान ठरवण्यासाठी जन्माला निर्णायक मानण्याचे तत्व स्वीकारते. महात्माजींच्या वर्णाविषयीचा दृष्टिकोन वैदिक वर्णांची खिल्ली उडवून केवळ हास्यास्पदच बनवत नाही तर वर्णाला किळसवाणाही बनवतो. वर्ण आणि जात या दोन भिन्न कल्पना आहेत. वर्ण हा व्यक्तीच्या क्षमतेवर आधारित असतो तर जात ही व्यक्तीच्या जन्मावर आधारित असते. दोन्ही गोष्टी भिन्न आहेत जसे की पनीर आणि चॉक. खरे तर दोघेही एकमेकांच्या विरुद्ध आहेत. जर महात्माजी प्रत्येक स्त्री-पुरुषाने आपला वडिलोपार्जित व्यवसाय स्वीकारत असतील, तर ते निश्चितच जातिव्यवस्थेच्या बाजूने वकिली करत आहेत आणि त्याला जातिव्यवस्था म्हणवून चुकीचे शब्द वापरून गोंधळ घालण्याची गडबडच करीत नाहीत, तर गोंधळाला अधिक गोंधळात टाकत आहेत.

महात्माजीचे स्पष्ट विचार नसल्यामुळे त्यांच्या विचाराचा संपूर्ण गोंधळ आहे. वर्ण आणि जात म्हणजे काय आहे हिंदूधर्माला जिंवत ठेवण्यासाठी या दोघांपैकी कोणाची गरज आहे, याचे त्यांना योग्य आकलन नाही ? जात हे हिंदू धर्माचे सार नाही, असे त्यांनी म्हटले आहे. आपण आशा करूया की दुसऱ्या कोणत्याही कारणामुळे ते त्यांचे विचार बदलणार नाहीत. महात्माजी वर्णाला हिंदू धर्माचे सार मानतात का ? याचे निर्णायक उत्तर कोणीही देऊ शकत नाही. 'हरिजन'मध्ये प्रकाशित झालेल्या त्यांच्या लेखातील डॉ. आंबेडकरांचा आरोप (indictment) वाचणाऱ्यांनाही त्याचे उत्तर देता येणार नाही. त्या लेखात ते असे लिहित नाहीत की वर्णाचा सिद्धांत हा हिंदू धर्माचा अत्यावश्यक भाग आहे, वर्णाला हिंदू धर्माचा सार म्हणण्याऐवजी ते म्हणतात, 'हिंदू धर्माचे सार सत्याच्या रूपात एकच आणि एकच ईश्वर मानतो आणि मानव परिवाराच्या नियमानुसार अहिंसेला कायदा म्हणून ठामपणे प्रस्थापित करतो. पण संतरामला उत्तर देण्यासाठी लिहिलेला त्यांचा लेख वाचणारे 'हो' म्हणतील. लेखात महात्मा म्हणतात, 'जर मुस्लिम कुराण मानत नसेल तर तो मुस्लिम कसा असेल किंवा ख्रिश्चन बायबल मानत

नसेल तर तो ख्रिश्चन कसा असेल ? त्याचप्रमाणे, जात आणि वर्ण हे समान अर्थ असलेले शब्द आहेत आणि वर्ण हा हिंदू धर्माची व्याख्या करणारा हिंदू धर्मग्रंथांचा एक अत्यावश्यक भाग आहे, तर मला समजत नाही की एखादी व्यक्ती जात आणि वर्णांवर विश्वास ठेवत नसेल तर तो स्वतःला हिंदू कसा असू शकतो शकतो?

हे कपट आणि टाळाटाळी का ? महात्मा का संकोचत आहेत ? शेवटी, ते कोणाला संतुष्ट करू इच्छित आहे ? संत (गांधीजी) सत्य जाणून घेण्यात अपयशी ठरले आहेत का ? की राजकारणी गांधी संत, गांधींच्या मार्गातील अडसर आहेत ? किंवा राजकारणी गांधी, संत गांधीच्या मार्गात अडसर ठरत आहेत ? दोन कारणांमुळे महात्माजी या कोंडीत अडकले आहेत. पहिली गोष्ट म्हणजे, लहान मुलांसारख्या साधेपणापासून स्वतःची फसवणूक किंवा स्वार्थीपणापर्यंत जवळजवळ प्रत्येक गोष्टीत महात्माजींचा स्वभाव बालिशपणाचा दिसून येतो. लहान मुलाप्रमाणे, ते त्यांना पाहिजे ते करतात. म्हणून आपल्याला त्या वेळेची वाट पाहावी लागेल, जेव्हा त्यांचा जातीवर विश्वास असणार नाही.

त्यांच्या गोंधळाचे दुसरे कारण म्हणजे गांधीजींना एकाच वेळी महात्मा आणि राजकारणी अशा दोन भूमिका करायच्या आहेत. एक महात्मा म्हणून त्यांना राजकारणाला अध्यात्मिक रंग द्यायचा आहे, म्हणजेच राजकारणाचे अध्यात्मिकीकरण करायचे आहे. त्यात ते यशस्वी झाले आहेत किंवा नाही पण राजकारणाने त्यांना नक्कीच व्यावसायिक बनवले आहे. संपूर्ण सत्य समाज कधीही सहन करू शकत नाही हे राजकारण्याने जाणून घेतले पाहिजे. त्यामुळे त्यांनी कधीही खरे बोलले नाहीत, ते जर खरे बोलले तर ते त्यांच्या राजकारणासाठी हानिकारक ठरेल. महात्माजी नेहमी जात आणि वर्णाचे समर्थन करतात कारण त्यांनी जर विरोध केला तर राजकारणात त्यांना स्थान राहणार नाही, याची त्यांना भीती वाटते. त्यांच्या संभ्रमाचे कारण काहीही असले, तरी वर्णाला जात असे संबोधून ते स्वतःचीच नव्हे तर जनतेचीही फसवणूक करत आहेत.

१०. महात्माजी म्हणतात की मी (आंबेडकर) हिंदू आणि हिंदू धर्माचा न्याय करण्यासाठी जे निकष स्वीकारले आहेत ते खूप कठोर (too severe) आहेत आणि जर या निकषांवर न्याय केला तर आजच्या सर्व धर्मांच्या श्रद्धा फोल ठरतील. माझ्या मानकांचे परिमाण खूप जास्त आहे. परंतु प्रश्न असा आहे की हे निकष योग्य

आहेत की नाही ? मानवी समूह आणि त्याचा धर्म त्याच्या सामाजिक नीतिमत्तेवर (social ethics) आधारित सामाजिक आदर्शावर (standards) तपासले पाहिजेत. जर एखादा धर्म लोकांच्या कल्याणासाठी चांगला असला पाहिजे, तर याशिवाय इतर कोणतेही निकष निरर्थक असतील. म्हणून मी पुन्हा एकदा ठामपणे सांगतो की मी हिंदू आणि हिंदू धर्म तपासण्यासाठी वापरलेले निकष पूर्णपणे योग्य आहेत आणि मला यापेक्षा चांगला निकष दिसत नाही. माझा निकष लावला तर या काळातील सर्व धर्म नापास होतील. पण यातून महात्माजींना हिंदू आणि हिंदू धर्माचे समर्थक यांना यापेक्षा अधिक समाधान मिळू शकत नाही, एका वेड्याला (madman) दुसऱ्या वेड्याकडून आणि एका गुन्हेगाराला (criminal) दुसऱ्या गुन्हेगाराकडून जेवढे समाधान मिळते त्याहून अधिक समाधान मिळू शकत नाही. मी महात्माजींना खात्री देतो की त्यांनी माझ्यावर हिंदू आणि हिंदू धर्माबद्दल घृणा आणि तिरस्काराच्या भावनांनी (disgust and contempt) युक्त आहे असा आरोप केला आहे. हे केवळ हिंदू आणि हिंदूंच्या अपयशामुळे माझ्यात नाही. मला चांगलं माहित आहे की जगात अनेक दोष आहेत, त्यात अनेक कमतरता आहेत आणि ज्याला त्यात जगायचं आहे त्याला हे दोषही सहन करावे लागतील. त्यामुळे ज्या समाजात मला राहायचे आहे, त्या समाजाच्या चुका आणि उणिवा सहन करायला मी तयार आहे, पण ज्या समाजात चुकीच्या आदर्शांची जोपासना होते किंवा ज्यांचे आदर्श उच्च असूनही त्यांच्यानुसार जगत नाही अशा समाजात मला राहायचे नाही. त्यांच्या सामाजिक जीवनात आदर्श निर्माण करण्यास तयार नाही. मला हिंदू आणि हिंदू धर्मावर (disgusted) तीव्र नाराज आहे, ते यामुळे आहे की कारण मला खात्री आहे की ते अत्यंत चुकीच्या आदर्शांना (ideals) स्वीकारतात आणि प्रोत्साहन देतात आणि चुकीचे सामाजिक (social conduct) जीवन जगतात. हिंदू आणि हिंदू धर्माशी माझे भांडण त्यांच्या सामाजिक आचरणातील त्रुटींमुळे नाही तर हे भांडण (fundamental) मूलभूत तत्त्वांशी आहे, हे (ideals) आदर्शांबद्दल आहे.

११. हिंदू समाजाला नैतिक पुनर्रचनेची (moral regenaration) गरज आहे आणि त्या पुनर्रचनेला आता उशीर करणे धोकादायक आहे. प्रश्न असा आहे की हे नैतिक पुनरुज्जीवन कोण ठरवू आणि नियंत्रित करू शकेल ? हे काम फक्त तेच लोक करू शकतात ज्यांनी बौद्धिक पुनर्बांधणी किंवा विकास केला आहे आणि जे

इतके प्रामाणिक आहेत की त्यांच्यात बौद्धिक विकासातून (intellectual) जन्मलेल्या श्रद्धा टिकवून ठेवण्याचे धैर्य आहे.

माझ्या मते, महान नेत्यांमध्ये गणला जाणारा कोणताही हिंदू हे काम करण्यास अयोग्य (quite unfite) आहे. त्यांचा प्रारंभिक बौद्धिक विकास झाला असे म्हणता येत नसल्याने ते अशिक्षित लोकांप्रमाणे नेहमीच्या मार्गाने स्वतःची फसवणूक करतील किंवा इतरांच्या आदिम अज्ञानाचा (primitive) गैरफायदा घेतील. जसे आपण त्यांना ते करताना पाहतो. सध्या हिंदू समाजाची अवस्था बिकट असली तरी ढासळलेल्या (crumling) अवस्थेत आहेत. तरी पण अशी आवस्था असताना हे हिंदू नेत्यांना जुन्या आदर्शांचा अवलंब करण्याचे आवाहन करण्यात लाज वाटत नाही. ज्यांचा संबंध वर्तमान काळापासून पूर्णपणे तुटलेले आहेत. हे आदर्श त्यांच्या सुरुवातीच्या काळात कितीही उपयुक्त असले तरी ते यापुढे वर्तमानाशी संबंधित नाहीत आणि मार्गदर्शकांऐवजी चेतावणी बनले आहेत. या नेत्यांना अजूनही जुन्या आदर्शांबद्दल गूढ आदर (mystic respect) आहे ज्यामुळे त्यांना त्यांच्या समाजाचा पाया (foundation of society) तपासण्यात रस नाही परंतु अशा चाचणीला विरोध आहे.

हिंदू लोक त्यांच्या धार्मिक श्रद्धा (beliefs) तयार करण्यात निष्काळजी आहेत की त्यांच्यावर विश्वास ठेवता येत नाही आणि हिंदू नेत्यांचे हेच हाल आहेत. सर्वात वाईट गोष्ट म्हणजे जेव्हा कोणी या हिंदू नेत्यांना त्यांच्या धार्मिक श्रद्धेपासून दूर जाण्याचा सल्ला देतो तेव्हा ते हिंदू नेते त्यांच्या श्रद्धांच्या बाजूने अवैध (illicit passion) उत्कटतेने भरलेले असतात. यातून महात्माजीही सुटलेले नाहीत. असे दिसते की महात्मीजींचा विचार करण्यावर विश्वास नाही. ते ऋषी-मुनींच्या उपदेशाचे पालन करणे ठीक समजतात. कोणत्याही पुराणमतवादी (conservative) प्रमाणेच, आपल्या जुन्या पवित्र संकल्पनांबद्दल (consecrated notions) आदर बाळगून, त्यांना भीती वाटते की त्याने एकदा विचार करायला सुरुवात केली की अनेक आदर्श, श्रद्धा आणि संस्था (ideals and institutios) नष्ट होतील ज्यांना ते आतापर्यंत चिकटून राहिले आहेत. आम्हाला त्यांच्याबद्दल सहानुभूती आहे कारण स्वतंत्र विचारांच्या प्रत्येक कृतीमुळे बाह्यतः स्थिर दिसणाऱ्या जगाच्या काही भागाला धोक्यात (preril) टाकतो. पण हेही तितकेच खरे आहे की ऋषी-मुनींवर अवलंबून राहून आपल्याला सत्य कधीच कळू शकत नाही.

शेवटी, एक संत देखील माणूस आहे आणि जसे की लॉर्ड बेसफोरने म्हटल्याप्रमाणे, 'मानवी बुद्धी सत्य ओळखण्यासाठी डुकराच्या थुंकण्यापेक्षा चांगली (snout) नाही.' जितका महात्माजींचा संबंध आहे, ते हिंदूंच्या जुन्या कुजलेल्या सामाजिक रचनेच्या समर्थनार्थ कारणे शोधण्यासाठी आपल्या भ्रष्ट आणि अधोगती बुद्धीचा (prostituting of intelligence) वापर करतात. ते जातिव्यवस्थेच्या ढासळलेल्या रचनेचे सर्वात प्रभावी समर्थक (influential apologist)आहेत आणि त्यामुळे ते हिंदूंचे सर्वात (worst) वाईट शत्रू आहेत.

महात्माजींशिवाय असे नेतेही आहेत जे केवळ विश्वास ठेवणे आणि त्यानुसार वागणे यावरच समाधानी नसतात. ते विचार करण्याचे आणि तसे वागण्याचे धैर्य त्यांच्यात आहे. पण जेव्हा लोकांना मार्गदर्शन करण्याची वेळ येते तेव्हा दुर्दैवाने ते एकतर प्रामाणिकपणापासून (dishonests) दूर जातात किंवा उदासीन होतात. जवळपास प्रत्येक ब्राह्मणाने जातीचे नियम मोडले आहेत. पुरोहिताचा व्यवसाय करणाऱ्या ब्राह्मणांपेक्षा चपला विकणाऱ्या ब्राह्मणांची संख्या जास्त आहे.

ब्राह्मणांनी पौरोहित्याचा त्यांचा पूर्वापारचा व्यवसाय सोडलाच नाही तर धर्मग्रंथांनी कठोरपणे निषिद्ध असलेले व्यवसायही स्वीकारले आहेत. तरीही असे किती ब्राह्मण आहेत जे रोज जातीचे नियम मोडतात, जातीच्या किंवा धर्मग्रंथाच्या विरोधात बोलायला तयार असतात ? सत्य सांगणारा प्रामाणिक ब्राह्मण जर जात आणि धर्मग्रंथांच्या विरोधात उपदेश करतो, तर त्याच्या मानसिक विचारसरणीमुळे (practical instict) आणि नैतिक विवेकामुळे (moral conscience) तो जात आणि धर्मग्रंथांवर विश्वास ठेवत नाही आणि त्यांच्या विरोधात बोलण्याचे धैर्य त्याच्यात नसते. ते शक्य झाले तर जातिव्यवस्था तोडणारे आणि धर्मग्रंथांना (trample uopn) पायदळी तुडवणारे लाखो ब्राह्मण आहेत, पण ते जातीच्या तत्त्वाचे आणि धर्मग्रंथांच्या पावित्र्याचे अत्यंत कट्टर समर्थक (fanatic uphold-ers) आहेत. शेवटी, हा दुटप्पीपणा का, हे त्यांना चांगलेच माहीत आहे की, लोकांनी जातीव्यवस्थेचे जोखड (बैलाच्या खांद्यावर ०ठेवलेले जोखड) (yoke) फेकून दिले तर ब्राह्मण वर्गाची (power and prestige) सत्ता आणि प्रतिष्ठा धोक्यात येईल. ब्राह्मण विचारवंतांचा सर्वात मोठा अप्रामाणिकपणा हा आहे की ते त्यांच्या विचारांचे चांगले परिणाम सर्वसामान्यांना सांगण्यास नकार देतात, ही सर्वात लाजिरवाणी (most disgraceful test of experience great tragedy lament) गोष्ट आहे.

मॅथ्यू अरनॉल्डच्या शब्दात सांगायचे तर, 'हिंदू लोक मृत्यूचे जग आणि जन्म घेण्याची शक्ती नसलेल्यांचे जग या दोन जगांमध्ये भटकत आहेत. त्यांनी काय करावे ? ते महात्माजींना हिंदू मार्गदर्शनासाठी प्रार्थना करतात, गांधीजीं विचारावर विश्वास ठेवत नाहीत आणि ते असे मार्गदर्शन करू शकत नाहीत की ते अनुभवाच्या कसोटीवर (test of experience) खरे ठरते. मार्गदर्शनासाठी सामान्य व्यक्ती ज्या बुद्धिजीवी वर्गाच्या तोंडाकडे पहात आहे, लोकांना योग्य मार्गदर्शन करणे आणि शिक्षण देण्याच्या संदर्भात इतके बेईमान आणि उदासीन आहेत. आपण खरोखरच एका मोठ्या शोकांतिकेचा सामना (great tragedy) करत आहोत, ज्याचा शेवट खूप दुःखद आहे आणि अशा दुःखद काळात लोक मोठ्याने रडण्याशिवाय आणखी काही करू शकत नाहीत आणि म्हणतील की, 'अरे ! हिंदूंनो, तुमचे नेते असे आहेत."

OOO

MARATHI BOOKS

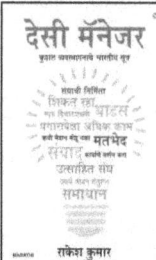

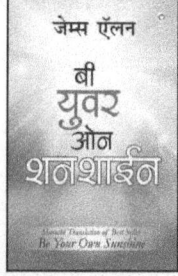

DIAMOND BOOKS
X-30, Okhla Industrial Area, Phase-II New Delhi-110020
Ph: 011-40712200 email : wecare@diamondbooks.in www.diamondbooks.in

Jat-Pant Ka Vinash (Marathi)